அந்த மரத்தையும்
மறந்தேன் மறந்தேன்
நான்

அந்த மரத்தையும் மறந்தேன் மறந்தேன் நான்

கே.ஆர். மீரா

தமிழில்

சிற்பி பாலசுப்பிரமணியம்

எதிர் வெளியீடு

அந்த மரத்தையும் மறந்தேன் மறந்தேன் நான்
கே.ஆர். மீரா
தமிழில்: சிற்பி பாலசுப்பிரமணியம்

முதல் பதிப்பு: ஆகஸ்ட் 2022
இரண்டாம் பதிப்பு: ஜூன் 2024

எதிர் வெளியீடு,
96, நியூ ஸ்கீம் ரோடு, பொள்ளாச்சி – 642 002
தொலைபேசி: 04259 226012, 99425 11302

விலை: ரூ. 150

Andha Marathaiyum Maranthen Maranthen Naan
K.R. Meera
Translated by Sirpi Balasubramaniam

Copyright © K.R. Meera
First Edition: August 2022
Second Edition: June 2024

Published by
Ethir Veliyeedu, 96, New Scheme Road, Pollachi – 2
email: ethirveliyedu@gmail.com
www.ethirveliyeedu.com

ISBN: 978-93-90811-34-2
Cover Design: Santhosh Narayanan
Printed at Jothy Enterprises, Chennai.

All rights reserved. No part of this book may be reprinted or reproduced or utilised in any form or by any electronic, mechanical or other means, now known or hereafter invented, including photocopying and recording, or in any information storage or retrieval system, without permission in writing from the Publisher.

சிற்பி பாலசுப்பிரமணியம்

மொழிபெயர்ப்பாளர்

கவிஞர், மொழிபெயர்ப்பாளர், புகழ்பெற்ற கல்வியாளர், இலக்கிய இதழாசிரியர் எனப் பன்முகம் கொண்ட சிற்பி பாலசுப்பிரமணியம் ஒரு பல்துறை அறிஞர். கோவை மாவட்டம், பொள்ளாச்சி வட்டம் ஆத்துப் பொள்ளாச்சி கிராமத்தில் 1936இல் பிறந்தவர்.

இந்திய இலக்கிய அமைப்பாகிய சாகித்திய அகாதெமியின் தமிழ் ஒருங்கிணைப்பாளராக 2007 தொடங்கி 2012வரை திறம்படச் செயலாற்றியவர். மொழிபெயர்ப்புக்காகவும் (2001), படைப்பிலக்கியத்துக்காகவும் (2003) இருமுறை சாகித்திய அகாதெமி விருது பெற்றவர்.

இப்போது அருட்செல்வர் நா. மகாலிங்கம் மொழிபெயர்ப்பு மைய இயக்குநராகவும் சாகித்திய அகாதெமியின் தமிழ் மொழி ஒருங்கிணைப்பாளராகவும் நிர்வாகக் குழு உறுப்பினராகவும் உள்ளார்.

2022ஆம் ஆண்டு இந்திய அரசின் உயரிய விருதான ‘பத்மஶ்ரீ’ விருது இவருக்கு வழங்கப்பட்டது.

எரிமலைக் குழம்பான அழகின் பிரவாகம்

கதையும் கவிதையும் நாவலும் ஒன்று கூடிப் பயணிப்பதுதான் படைப்பிலக்கியம். சில சமயம் நாவல் பின் தங்கி விடலாம். கவிதை முன்னால் கடந்து நடக்கின்ற நிலை வரலாம். இப்போது நம் மொழியில் (மலையாளத்தில்) கதைதான் முன்னால் செல்கிறது. தடைகளைப் பொருட்படுத்தாமல், ஊன்றிச் சுவடுகள் வைத்து, நிமிர்ந்த தலையுடன் அப்படியே நடந்து போகிற கதையைக் கவிதையும் நாவலும் அனுசரணையோடு பின் தொடர்கின்றன என்று கூறினால் புதிய தலைமுறைக் கவிஞர்களும், நாவலாசிரியர்களும் கோபித்துக் கொள்ள வேண்டாம்...

ஒன்றுபட்டுச் செல்லும் யாத்திரையில் கதையும் கவிதையும் நாவலும் தமக்குள் கலகம் செய்ய வேண்டும். அப்படியானால் தான் நம்முடைய இலக்கியம் வளர்ச்சி பெறும். அவ்வாறு கதையோடு கலகம் செய்கிற ஒரு நாவல்தான் கே.ஆர். மீராவின் 'அந்த மரத்தையும் மறந்தேன் மறந்தேன் நான்'. மீராவின் நாவல் கலகம் செய்வது மீராவுடைய கதையோடுதான்.

ஓர் எழுத்தாளன் சில படிமங்களின் வழியாகவே வாசகனின் மனதில் வாழ்கிறான். டி. பத்மநாபன் என்று நினைத்தவுடன் சட்டென என் மனதில் மழை பொழியும். நீண்ட காலம் மழை பெய்யும் போதெல்லாம் நான் பத்மநாபனை நினைத்துக் கொள்வதுண்டு. கே.ஆர். மீரா என்கிற எழுத்துக் கலைஞரை நான் நினைவு கூர்வது – மஞ்சள் நிறத்தின் வழியாக. பாதையில் நடந்து போகும் ஒரு பெண்ணின் சேலையில் கொஞ்சம் மஞ்சள் நிறமிருந்தால், வேலியில் மஞ்சள் நிறப் பொன்னரளிப் பூக்கள் விரிந்து கிடந்தால், வான்கோவின் வண்ண ஓவியத்தில் சூரிய காந்திகளைக் கண்டால்,

தில்லியின் குளிர்ந்து மரத்துப்போன டிசம்பர் மாலைப் பொழுதில் வானத்துச் சரிவில் மெல்லிய மஞ்சள் படரக் கண்டால் கே.ஆர். மீராவின் 'மோக மஞ்சள்' என்ற கதையை நினைத்துக் கொள்வேன். என் பிரியத்துக்குரிய கதைகளில் ஒன்று அது.

அந்தக் கதையோடு தான் 'அந்த மரத்தையும் மறந்தேன் மறந்தேன் நான்' கலகம் புரிகின்றது. மீராவினுள் இருக்கும் நாவலாசிரியை மீராவினுள் இருக்கும் கதை சொல்லியோடு சண்டை போடுகிற காட்சியை நாம் காணுகின்றோம். இக்காட்சி எனக்குள் பழைய நினைவொன்றைக் கொண்டு வருகின்றது. முன்பு எனக்குள்ளிருக்கும் கதை சொல்லி எனக்குள்ளிருக்கும் நாவலாசிரியனோடு இப்படிக் கலகம் புரிந்ததுண்டு. 'ஹரித்துவாரில் மணிகள் ஒலிக்கின்றன' என்ற நாவல் 'ராதை ராதை மட்டுமே' என்ற கதையைப் போருக்கு அழைத்திருந்தது. இந்த நாவலாசிரியையிடமும் இப்படி ஒரு கலகம் தொடங்கியதன் அடையாளம்தான், 'அந்த மரத்தையும் மறந்தேன் மறந்தேன் நான்'. அது எதனைக் காட்டுகிறதென்றால், இந்த நாவலாசிரியை நின்ற இடத்திலேயே நிற்பதில்லை – முன்னேறிப் போய்க் கொண்டிருக்கிறார் என்பதைத்தான்.

மீரா நின்ற இடத்தில் மீண்டும் நிற்பதில்லை என்பதற்கு மற்றொரு எடுத்துக்காட்டு 'ஆவே மரியா'. நோயையும் காமத்தையும் மரணத்தையும் ஒரு விரதமாக மாற்றிய 'மோக மஞ்சளி'ல் அகப்பட்டுக்கிடக்கும் என்னை 'ஆவே மரியா' உலுக்கித் தெறிக்க விட்டது. கதையைக் குறித்துச் சிந்தித்தபடி நடந்து செல்லும் நேரங்களில் இந்த இரண்டு கதைகளும் என் மனதில் உலா வரும். சிறு வயது முதல் என் தனிமைப் பயணங்களில் சில கதைகள் என் கூடவே நடந்து வரும். நான் கதைகளுடனும் கதைகள் என்னுடனும் உரையாடுவதுண்டு. இன்றும் என்னுடன் கதைகளின் பெருங் கூட்டம் ஒன்று நட்பாக இருக்கிறது. அந்த நண்பர்களில் பல வயதினரும் உண்டு. தகழியின் 'வெள்ளப் பொக்கத்'துக்குத் தாத்தா வயது. எம்.டி.யின் 'குட்டி ஏட்டத்தி'க்கும் பத்மநாபனின் 'மக்கன் சிங்கின் மரணத்'துக்கும் அந்த அளவே வயதாகியிருக்கும். இன்னும் சொல்வானேன்... குஞ்ஞப்துல்லாவின் 'கத்தி'க்கு நடுவயது தாண்டி

விட்டது. காலம் கடந்து செல்லச் செல்ல இந்தக் கதைகளோடெல்லாம் எனக்கு மேலும் அதிகமான ஆத்ம பந்தத்தை உணர முடிகிறது. கதைகளின் இந்தப் பெரிய நட்பு நெருக்கத்தில் இளமை ததும்புகிற இரண்டு உறுப்பினர்கள் 'மோக மஞ்சளு'ம் 'ஆவே மரியா'வும். அவர்கள் என் இரு புறத்திலும் என்னைத் தொட்டுத் தழுவி நடக்கிறார்கள்.

நம்முடைய கதை இலக்கியத்தின் இளமைக் காலம் மீராவின் கதைகள். இளமையின் தயக்கமின்மையும், அடங்காமையும் அந்தக் கதைகளுக்கு உண்டு. எழுத்தாளர்களுக்கு அவர்களுடைய இளம் பருவம் முதல் எட்டிப் பிடிக்க முடிகிற அடர்த்தியான அழகும் தீவிரத்தன்மையும் மீராவின் மொழியில் உண்டு. வயது அதிகமாகும் போது நமக்கு ஒரு முதிர்ச்சி வரும். நமக்கே தெரியாமல் நமக்குள் அழுத்தமான நகைச்சுவை நுழைந்து விடும். ஓ.வி. விஜயனையும், வி.கே.என்–னையும் எடுத்துக்காட்டாகக் காணலாம். நகைச்சுவையின் எதிரியான என்னிடம் கூட வயது முதிர்ந்த போது அழுத்தமான நகைச்சுவை உள்ளே நுழைந்து விட்டது. – 'கேசவன்றெ விலாபங்கள்' எடுத்துக்காட்டு. எழுத்தின் மாலைப் பொழுதில் நேரும் இந்நிலை மீராவிடம் இளம் வயதிலேயே நிகழ்ந்து விட்டது. 'ஆவே மரியா'வில் முழுவதும் அழுத்தமான நகைச்சுவை சிதறிக் கிடக்கிறது. படைப்பில் முதிர்ச்சி வசப்பட வெயில் மங்குவது வரை மீரா காத்திருக்கவில்லை. இளம் வயதிலேயே முதிர்ச்சி ஏற்பட்டுவிட்ட ஒரு கதாசிரியை மீரா. அதனால்தான் மொழியில் இளமையைக் காப்பாற்றும் போதும் மீராவின் கதாபாத்திரங்கள் தங்கள் இளமையிலிருந்து தாண்டிக் குதிக்க முற்படுகிறார்கள். 'மோக மஞ்சளி'ல் வரும் நாயகியின் வயது '35+' ஆகும். 'அந்த மரத்தையும் மறந்தேன் மறந்தேன் நான்' நாவலின் நாயகியும் முப்பத்தைந்தைத் தாண்டியவள் தான்.

'அந்த மரத்தையும் மறந்தேன் மறந்தேன் நான்' நாவலைப் படித்து முடித்துப் புத்தகத்தைக் கீழே வைத்த போது இந்தக் கதாசிரியையின் மற்ற படைப்புகளை மீண்டும் படிக்க வேண்டும் என்ற உள் தூண்டுதல் எனக்குள் ஏற்பட்டது. ஒரு கதையின் வாசிப்பு அப்படி ஒரு விருப்பத்தை நம்மிடம் உண்டு பண்ணும் போது, அந்தக் கதைப்

படைப்பாளியின் மற்ற படைப்புகளை நோக்கித் திரும்பிச் செல்லத் தூண்டும்போது அது எதனைக் காட்டுகிறது? அந்தப் படைப்பாளி நம்மை வென்று விட்டார் என்பதைத்தான். ஒரு சிறந்த இலக்கியப் படைப்பின் முக்கிய நோக்கம், வாசகர்களை ரசிக்கும்படி செய்வதோ, அவர்களுக்கு அழகியல் அனுபவத்தைப் பகிர்ந்து கொடுப்பதோ மட்டுமல்ல – ஒரு நல்ல படைப்பு வாசகர்களுக்குக் காயத்தை ஏற்படுத்த வேண்டும். அவர்களுக்கு வெட்கத்தை உண்டாக்க வேண்டும். அவர்களை வேதனைப்படுத்த வேண்டும். அவர்களின் உறக்கத்தைக் கெடுக்க வேண்டும். இந்த நாவல் அந்த அறத்தை அழகாகச் செயல்படுத்துகிறது.

'அந்த மரத்தையும் மறந்தேன் மறந்தேன் நான்' என்னை வென்றது. தோல்வியின் சுகமான அந்தச் சுமையையும் தாங்கிக் கொண்டு தான் மீராவின் மற்ற கதைகளுக்கு நான் திரும்பிப் போனேன் – குறிப்பாக 'மோக மஞ்சள்', 'ஓர்மையின் நரம்பு' ஆகிய தொகுப்புகளை நோக்கி. ஒரு தொகுப்பு கையில் கிடைத்தால் நான் முதலில் வாசிப்பது அதன் தலைப்புக் கதையைத்தான். 'பின் நவீனத்துவப் பசுமை' என்று டி. பத்மநாபன் சிறப்பித்துக் கூறியுள்ள 'ஓர்மையின் நரம்பு' தான் அப்படி முதலில் வாசித்த கதை. 'அண்மைக் காலத்தில் நான் படித்த மிகச் சிறந்த கதை' என்றும் பத்மநாபன் அதைக் குறித்துக் கூறுகின்றார். ஆனால் என் மனதில் இப்போதும் கனலாய் எரிந்து கொண்டிருப்பது 'கிருஷ்ண காதை' தான். கிருஷ்ணா என்ற சிறுமியையும் அவளுக்குத் தனிப்பாடம் (டியூஷன்) கற்றுக் கொடுத்த நாராயணன் குட்டியையும் பற்றிய கதை. 'சர்வம் கிருஷ்ண மயம்' என்று சொல்லிக் கொண்டு தான் அவன் முதன் முதலில் அந்த வீட்டுக்குள் காலடி எடுத்து வைக்கிறான். பிறகு அவளுக்கு அஷ்டபதியும் கிருஷ்ண காதையும் கற்பித்துக் கற்பித்து அவன்... 'என்னை அப்பா தூங்க வைக்க வேண்டும். சின்னதாய்க் கொட்டாவிவிட்டுத் தூங்க வைக்க வேண்டும்' என்று அவள் அப்பாவிடம் சொல்கிறாள். அப்படிப்பட்ட சின்ன மகள் மற்றவர்கள் முன்பு உட்கார்ந்து பேசும்போது கால்களை அகட்டி வைத்திருப்பதைக் கண்டு அப்பா கோபம் கொள்கிறார். "காலை நேராக வை... நேராக

உட்கார முடியாதா உனக்கு?" "எனக்கு வலிக்கிறதல்லவா அப்பா? ஜிப்பா போட்டிருக்கிற தாத்தாவோடு நான் போகாததற்கு வாத்தியார் எனக்குச் சூடு வைக்கலையா அப்பா." அதற்கப்பால் வாசிக்க என்னால் முடியவில்லை. எடுத்தாளும் பொருளின் கனத்தினாலும், சொல்லும் திறத்தினாலும் நமது மொழியில் எக்காலத்திலும் சிறந்த கதைகளில் ஒன்றாக 'கிருஷ்ண காதை' விளங்குகிறது. மீராவின் கதைகளை மறுவாசிப்புச் செய்ததனால் நான் இந்தக் கதையை அடையாளம் கண்டேன்.

மீராவின் ஒவ்வொரு கதையை வாசிக்கும் போதும் அது இந்தக் கதாசிரியையின் மற்ற படைப்புகளைத் தாண்டிப் போவதாக எனக்கு அனுபவப்படுவதுண்டு. 'அந்த மரத்தையும் மறந்தேன் மறந்தேன் நான்' கதையைப் படித்த போதும் அப்படியே உணர்ந்தேன். அது 'மோக மஞ்சளை'யும், 'கிருஷ்ண காதை'யையும், 'ஆவே மரியா'வையும் படித்த அனுபவங்களைத் தாண்டிப் போவதாய் உணர்ந்தேன். அது புதிய புதிய படிப்பினைகளைத் தருவதாகவும் உணர்ந்தேன். அந்தப் படிப்பினைகளில் ஒன்று மீராவைப் பின்நவீனத்துவ வட்டத்தில் கட்டிப் போடக் கூடாது என்பதாகும். காரணம், நவீனத்துவ அடையாளங்களில் ஒன்றான சாகசக் கற்பனை மீராவின் கதைகளில் உண்டு. பின்நவீனத்துவ அடையாளங்களில் ஒன்றான அறிவுக்கூறும் அந்தக் கதைளில் உண்டு. பின்நவீனத்துவத்துக்குப் பின்னால் வரப்போகிற மிகைமெய்ம்மையியல் குறிப்புகளும் உண்டு. இதற்கு முன்பு வெவ்வேறு மாதிரியிலமைந்த கதைகளில் சிதறிக் கிடந்திருந்த இந்த சிறப்புக் கூறுகளெல்லாம் 'அந்த மரத்தையும் மறந்தேன் மறந்தேன் நான்' கதையில் ஒருங்கே இணைகின்றன. இந்த நாவலின் தனித்தன்மையும் அதுதான். நம்முடைய புனை கதை இலக்கியம் நடந்து போன வழிகளையெல்லாம் அது நினைவுபடுத்துகிறது. நம்முடைய சமகால வாழ்வின் தீவிர உணர்வுகளையெல்லாம் அது பிரித்தெடுத்துத் தருகிறது. எதிர்காலத்தின் ஆபத்தான மணியோசைகளை நாம் கேட்கும்படி செய்கிறது.

பெண்ணியவாதிகளின் கும்பலோடு கூட நடந்து போகாமலும் தத்துவ உரையாடல்களில் முழுகிப் போகாமலும் பெண்ணின்

இன்றைய சூழல்களைப் படைப்புணர்வோடு எதிர்கொண்டவர் எழுத்தாளர் மீரா. 'நினைவின் ரத்த நாளமும் தனித்தன்மை வாய்ந்த பூனையும்' போன்ற கதைகளை எடுத்துக்காட்டாய்ப் பார்க்கலாம். 'அந்த மரத்தையும் மறந்தேன் மறந்தேன் நான்' கதையின் நாயகி ராதிகா இந்தச் சூழலில் மீரா படைத்துள்ள மிகவும் சிறந்த ஒரு கதாபாத்திரம் ஆவாள். நாம் நாவலைப் படித்துக் கொண்டு போகப் போக ராதிகா வெறும் ஒரு கதாபாத்திரம் மாத்திரமாக அல்லாமல் பெண்ணினம் முழுவதற்குமான பெருந்துயராக மாறுவதை அமைதியிழந்தவர்களாய் நாம் காண்கிறோம்.

காமமும் அதன் நிறமான மஞ்சளும் பல கதைகளிலும் தேங்கிக் கிடக்கின்றன. 'மோக மஞ்சளில்' மட்டுமல்ல, 'கிருஷ்ண காதை'யிலும் இந்த அதீத விருப்பங்களின் நிறம் உண்டு. அழிவை நோக்கிய பயணத்தில் ஒரு கடும் மஞ்சள் நிற டீஷர்ட்டைத் தான் கிருஷ்ணா அணிந்திருந்தாள். மிகவும் சின்ன வயதில் அதே மஞ்சள் நிறமுள்ள ஒரு குழந்தையின் சட்டை அவளிடம் இருந்தது. கதையும் கதாபாத்திரங்களும் மாறுவதற்கேற்றவாறு மாறுபட்ட அடையாளங்களைக் கதையாசிரியை காமத்துக்கு நல்குகின்றார். 'மோக மஞ்சளின்' கதையில் நாயகிக்குக் காமம் துயரங்களிலிருந்தும் வாழ்க்கையிலிருந்தும் சுதந்திரத்தை நோக்கிப் போகும் பயணமாகிறது, அது விடுதலையாகிறது. 'தற்கொலை ஒரு வகைப் பாலுணர்வு'. கிருஷ்ணாவின் அம்மா சொல்கிறாள், 'இல்லையென்றால் பாலுணர்வு ஒருவகைத் தற்கொலையாகும்.' 'மோக மஞ்சளில்' அவனும் அவளும் மஞ்சள் பித்தத்தின் உச்ச நிலையில் செய்த காதலில்தான் அவன் இல்லாமல் போகிறான். மயக்க நிலையில் கூட அவனை அவள் மஞ்சள் நிறத்திலேயே காண்கிறாள். மஞ்சள் கண்கள், மஞ்சள் தலை முடி, மஞ்சள் காதுகள், மஞ்சள் உதடுகள்...

கிருஷ்ணாவின் பிஞ்சு உடலின் மஞ்சள், காமத்தின் இன்னொரு தளத்தை அடையாளப்படுத்துகிறது. கிருஷ்ணா காமத்தின் இரையாகிறாள்.

‘அந்த மரத்தையும் மறந்தேன் மறந்தேன் நான்’ கதையிலும் காமத்தின் அடித் தாரைகள் உண்டு. ஆனால் இங்கே காமத்துக்கு நிறமில்லை. இந்த நாவலிலிருந்து நிறங்கள் வடிந்து போயிருக்கின்றன. அங்கும் இங்குமாக தூரிகைத் தீற்றல்களாகச் சில சிவப்புகளை மட்டும் காணலாம். அது இரட்டை அர்த்தப் பிரயோகத்தால், கிறிஸ்டி சிறுமியின் கன்னங்களில் வரைந்து விடுகிற சிவப்பாக இருக்கலாம். அல்லது ராதிகா குழந்தைப் பருவத்தில் அணிந்து நடந்த உடையின் சுருக்கித்தைத்த பூக்களின் சிவப்பாக இருக்கலாம். இங்கே நிறங்களின் இடம் சலனத்தையும் அசைவையும் கைப்பற்றிக் கொண்டிருக்கிறது. சலனம் மிக்க சிறிய சிறிய வாக்கியங்களினூடே கதை முன்னேறுகிறது. எழுத்தாளர் பலருக்கும் ஒரு நாவலின் தொடக்கம் மிகச் சிக்கல் தருவது. ஆனால் முழுவதும் அநாயாசமாக மனதைத் துளைத்துச் செல்லும் வகையில்தான் மீரா தன் நாவலைத் தொடங்குகின்றார். ‘அப்பா ஒரு முறை ராதிகாவை வழியில் மறந்து போய்விட்டார். அவளுக்கு அன்று பத்து வயது.’ இந்த இடத்திலிருந்து ராதிகாவின் துயரக்கதை தொடங்குகிறது. செருப்போ, குடையோ மறந்து வைத்துவிட்டுப் போவது போல் அவளை அப்பா மறந்து விடுகிறார்... மகளை வழியில் மறந்துவிட்ட அப்பா எங்கு போய்விட்டார்? பெருவழியம்பலம் என்ற பெயருள்ள மதுவருந்தும் பாருக்குப் போய்க் குடித்துவிட்டு பைங்குளம் பார்வதி என்ற வேசியுடன் சல்லாபிக்கப் போய் விட்டார்... மிக அபூர்வமாகவே மலையாள நாவலில் இப்படி வாசகர்களை தரைமட்டத்துக்கு இழுத்துப் போகிற ஒரு தொடக்கத்தைக் காண முடியும்.

இளம் பிராயத்திலேயே ஒரு மரம் வெட்டுபவனால் துயருக்குள்ளான ராதிகா, கிருஷ்ணாவின் ஒரு விரிந்த வடிவம்தான். மரம் வெட்டுபவனை ஏமாற்றி, நெடுஞ்சாலையில் அம்மாவை அழைத்து அழுதபடி, உடையேதும் அணியாமல் ஓடும் ஒரு பத்து வயதுச் சிறுமியின் சித்திரம்... கடவுளே, எத்தனை இரவுகளில் உறக்கமின்றித் தவிப்பதாலன்றி இதனை நான் மறந்துவிட முடியுமா? அந்தச் சித்திரம் மற்றொரு காலத்தின் இன்னொரு படிமம் நோக்கி நம்மை இழுத்துக் கொண்டு போய்விடுகிறது. வியட்நாம் போர்க் காலத்தில் அமெரிக்கா

பொழிந்த நெருப்புக் குண்டுகளால் தீக்காயம் பட்டு உடையேதுமின்றி பாதையில் ஓடுகிற சிறுமியின் சித்திரம்... அப்பாவின் மறதியிலும் ஆசிரியனின் காமப் பித்திலும், அமெரிக்காவின் நெருப்புக் குண்டிலும் இரையாகிப் போவது எப்போதும் ஒரு பெண்ணாகவே இருப்பது ஏன்?

இந்த நாவலில் ஒரு அசாதாரணமான கதாபாத்திரம் உண்டு – ராதிகாவுக்கு இணையான கிறிஸ்டி ஐசக். ஒரு நாவலாசிரியனாகவும் சிறுகதைப் படைப்பாளியாகவும் இருக்கும் கிறிஸ்டி ஐசக்கின் பெயர் நான்கு முறை நோபல் பரிசுக்காகப் பரிசீலிக்கப்பட்டது. நீண்ட பதினாறு ஆண்டுகளுக்குப் பின் கல்லூரியில் படிக்கும்போது தன் பழைய காதலியாக இருந்தவளைக் காண வரும் காலத்தினிடையே வக்கீலாகி, கய்ப்பமங்கலம் கிறிஸ்துவ ஆலயத்தில் பங்குத் தந்தையாக இருப்பவருக்கு ஒரு நோட்டீஸ் அனுப்ப முடிவு செய்திருந்தான். ராபர்ட் வதேராவைத் திருமணம் செய்யும் முன்பு பிரியங்கா காந்திக்கு ஒரு இத்தாலியன் மூலம் ஒரு குழந்தை பிறந்ததாகவும், அந்த உண்மை கய்ப்பமங்கலம் மாதா கோயில் பிறப்பு ஆவணத்தில் பதிவாகி இருப்பதாகவும், இத்தாலிக்காரனின் பெயரைத் திருத்தித் தன் பெயரை மாற்றிப் பதிவு செய்ய ராஜீவ் காந்தி குடும்பத்தாரின் அழுத்தத்தால் கய்ப்பமங்கலம் மாதாகோயில் பாதிரியார் முயற்சி செய்வதாகவும்... அதனைத் தடுக்கவே நோட்டீசாம்.

கிறிஸ்டி ஐசக் ஒரு மன நோயாளி. பைத்தியமாவதைத் தடுக்க மின்சார அதிர்வு தரப்பட்டதால் தான் மன நோயாளி ஆகிவிட்டதாக அவன் சொல்கிறான். மகளை மரம் வெட்டுபவனுக்குத் தூக்கிக் கொடுத்து விட்ட ராதிகாவின் அப்பாவும் பைத்தியமாகிக் கால்களில் சங்கிலியால் கட்டப்பட்டுக்கிடக்கிறான். கிறுக்கும் பாலுணர்வும் ஒரே உணர்வின் இரண்டு பக்கங்கள். மரணத்தின் இன்னொரு பக்கமும் அதற்கு ஏற்படும்போது அது முழுமையடைந்து விடுகிறது. பைத்தியம், காமம், மரணம்... நாம் வாழும் இந்தக் காலகட்டத்தைப் படைப்புணர்வோடு சித்திரிக்க இந்த மூன்று பிம்பங்களை விடவும் பொருத்தமானது வேறென்ன உண்டு?

மலையாள நாவலில் நாம் இதுவரை கண்டிராத ஒரு மொழியையும் கட்டமைப்பையும் மீரா இந்தப் படைப்பில் சோதனை செய்து பார்க்கிறார். மொழியும் கட்டமைப்பும் சோதனையாகப் பயன்படுத்தப்படும் போது கதையும் கதாபாத்திரங்களும் பலவீனமாகி விடுவது நாம் கண்டு பழகிய ஒரு காட்சிதான். ஆனால் இந்த நாவலில் இந்தச் சோதனை முயற்சிதான் கதாபாத்திரங்களுக்கு வலிமை தருகிறது, குறிப்பாக கிறிஸ்டி என்ற கதாநாயகனுக்கு.

இன்றைய பெண்ணின் பாடுகளை மீரா பெண்ணியத்தின் எல்லைகளுக்கப்பால் எடுத்துச் சென்று சித்திரிக்கிறார் என்பதுதான் இந்த நாவலின் பலப்பல சிறப்புக்களில் ஒன்று. ஒரு ஐந்து தளக் கட்டடத்தின் மாடியில் உள்ள வெளிமுற்றத்தில் நட்சத்திரங்களின் கண்சிமிட்டலில் கிறிஸ்டியோடு சேர்ந்துறங்கிய ராதிகா, விடியலில் கண் விழிக்கிறபோது நாவல் முடிகிறது. அப்போதுதான் அவள் தான் முழு நிர்வாணமாக இருப்பதை உணர்ந்து கொள்கிறாள். அவள் உடுத்திருந்த ஆடையையும் எடுத்துக்கொண்டு வெளிக் கதவைப் பூட்டிவிட்டுக் கிறிஸ்டி போய்விட்டிருந்தான். மாடி வெளி முற்றத்திற்குச் சுற்றிலுமுள்ள பல மாடிக் கட்டடங்களின் கதவுகளும் ஜன்னல்களும் அவளுடைய நிர்வாணத்தை நோக்கித் திறந்திருந்தன. உடலை மறைக்கத் துணி எதுவும் இல்லாமல், வெளியே போக வழியும் இல்லாமல் ராதிகா அந்த மாடியின் வெளிமுற்றத்தில் திடுக்கிட்டவளாய் நிற்கிறாள். ஒளிந்து கொள்ள ஓரிடத்தையும் காணவில்லை, எந்த நிழலும் இல்லை, மறைவும் எதுவுமில்லை. வெயில் கடுமையாயிற்று. ராதிகா தன் இரண்டு கைகளாலும் தன் உடலை மறைக்க முயன்றவளாய் ஒரு மூலையில் சுருண்டு கிடந்தாள். வெட்கம் கொண்டவளாய் ஆதரவற்று நிற்கும் ராதிகாவின் காட்சி, தன் தீவிரத்தால் நம்மை தளரச் செய்கிறது. காலம், இடம், மொழி ஆகியவற்றின் எல்லைகள் இங்கே அழிந்து போகின்றன. ஆதரவற்றவளும் துன்புறுத்தப்பட்டவளுமான ஒரு பெண்ணின் அந்தக்கோலம் எல்லாத் தத்துவ விளக்கங்களையும் கடந்து நிற்கிறது.

இந்தப் படைப்பிலக்கியத்தில் நவீனத்துவமென்றும் பின் நவீனத்துவமென்றும் மற்றும் பேசப்படுகின்ற சட்டங்களுக்குச்

செல்வாக்கு ஏதுமில்லையென்று இந்த நாவல் சொல்லித் தருகிறது. கருத்தின் நேர்மையும் கற்பனையின் செறிவும் பிம்பங்கள், குறிப்புப் பொருள்களின் செழிப்பும் தான் ஒரு நல்ல நாவலைப் படைத்துத் தருமென்பதற்கு அது சாட்சியமாகிறது.

தன் கதைகளால் பல சமயங்களிலும் நம்மைக் காதலிக்க வைத்த மீரா, இதோ இந்த நாவலால் நம்மை வியப்பில் ஆழ்த்துகின்றார். உருகிக் கொதித்துக் கரைகளைத் தொட்டுக் கொப்பளித்து வரும் ஓர் அழகின் பிரவாகம் இந்த நாவல்.

10.12.2005 எம். முகுந்தன்

1

அப்பா ஒரு முறை ராதிகாவை வழியில் ஓரிடத்தில் மறந்துவிட்டுப் போய்விட்டார். அவளுக்கு அன்று பத்து வயது. இங்கே சிறுநீர் கழிப்பது கண்டிப்பாகத் தடை செய்யப்பட்டுள்ளது என்ற அறிவிப்புப் பலகை வைத்திருக்கும் ஒரு சிறு காத்திருப்புக் கூரையின் கீழ் அவளை நிறுத்திவிட்டு, சிறுநீர் கழித்துவிட்டு வருவதாகச் சொல்லிவிட்டு அப்பா பக்கத்திலிருந்த மதுவருந்தும் பாருக்குப் போய்விட்டார். குடித்த பிறகு அப்பா அவ்விடத்தில் பெயர் பெற்ற வேசியை நினைவு கூர்ந்தார். ராதிகாவை மறந்தார். வேசியின் வீட்டில் அன்று காவல்துறையின் 'ரெய்டு' நடந்தது. அப்பாவைக் காவலர் கைது செய்தனர், காத்துக் கொண்டிருந்த ராதிகா சோர்வடைந்தாள், இருள் வந்தது. வயதானவன் ஒருவன் பக்கத்தில் வந்தான். அப்பாவைக் கொண்டு போய்க் காட்டுவதாகச் சொல்லி அவளைத் தன் குடிசைக்கு அழைத்துப் போனான். அவளுக்குக் கஞ்சியும் மரவள்ளிக் கிழங்கும் கொடுத்தான். பாதித் தூக்கத்தில் அவளை வன்புணர்வு செய்தான். வெட்டியெடுத்த கற்களால் கட்டப்பட்டு பூசப்படாத சுவர்களைக் கொண்ட அந்த அறையின் மூலையில் வட்டமாகச் சுற்றப்பட்ட ஒரு கயிறும், பதமான வாய்ப்பகுதியில் மரத்துணுக்குகள் பற்றிப் பிடித்திருந்த ஒரு மழுவும் சாய்த்து வைக்கப்பட்டிருந்தன.

அறையில் கடுமையான ஒரு வாசனை பரவியிருந்தது. பச்சை மரத்தின் வாசனை.

ராதிகாவுக்குப் பைத்தியம் பிடிக்க வைக்கும் நினைவு அது. சில வேளைகளில் ஒரு மின்னலைப் போல் அந்த நினைவு வந்து தாக்கித் தள்ளும். மூளையின் அறைகளில் துளைத்தேறி அடித்துத் தகர்த்துச் சற்று நேரம் அவளை அவள் அல்லாதவள் ஆக்கும். கிறிஸ்டி அதை நினைவுபடுத்திக் கொண்டுதான் அவளுடைய வாழ்க்கைக்குள் திரும்ப வருகிறான். பல ஆண்டுகளுக்குப் பின் அது ஒரு சகிக்க முடியாத நாளாக இருந்தது. அவன் திரும்பி வந்தது தற்செயலானதாக இருந்தது. ஒரு காலைப் பொழுதில் துணிகளைத் துவைத்து விரித்துப் போட்டுக் கொண்டிருந்த ராதிகாவின் பார்வை எல்லைக்குள் கீழே வயல்வரப்பு வழியாக ஒரு கருப்புக் குடையை ஊன்றி மிக மெதுவாக தோல்வியுற்றவனின் பாவனையோடு அவன் வந்து கொண்டிருந்தான். ஊன்றுகோல் போல் குடையை நிலத்தில குத்தியபடி வரப்பைத்தாண்டி இடையிலுள்ள பாதை மேல் ஏறினான். அப்போது அது தன் அப்பாவைப் போல் அவளுக்குத் தோன்றியது. குடைதான் அப்பாவை ஞாபகப்படுத்தியது. அன்று அப்பாவைக் குறித்த ராதிகாவின் நினைவு அப்படி வந்தது. மெல்லிய சரிகைக் கரையிட்ட வேட்டியின் ஒரு முனை இடதுகையில். கருப்புக் குடையின் வளைந்த கைப்பிடி வலது கையில். விரைவாக ஓடிச் செல்லும் ஒரு மனிதன். குடிக்கவும் வேசியை அனுபவிக்கவும் அப்படியோர் அவசரம் கிறிஸ்டிக்கு இருக்கவில்லை. அவனுடைய காற்சுவடுகள் தளர்ச்சியோடிருந்தன. வயல் வரப்புக்குக் குறுக்கே கடந்து வாய்க்கால் கரையில் ஏறினான். சிறிய மீன்கள் நீந்தும் வாய்க்காலில் ஊன்றிய பார்வையுடன் வேட்டியின் ஒரு முனையை இடது கையில் பிடித்தபடி சற்று நேரம் நின்றான். சிறிய மரக்கட்டைகளாலான பாலத்தைக் கவனமாகக்

கடந்தான். வாசற் படிகளில் சோர்வுடன் ஏறினான். முற்றத்தின் வட கோடியில் பாதி பிழிந்த துணியைக் கையில் பிடித்துக் கொண்டிருந்த ராதிகா கண்களை விலக்காமல் பார்த்து நின்றாள். அப்போது மரத்தாழிட்ட வாசல் கதவை தள்ளித் திறந்தபடி குடையைச் சுழற்றிக் கொண்டு கொஞ்சமும் பதற்றமில்லாமல் அவன் முன்னால் வந்து நின்று பத்துப் பதினாறு வருடம் முன்பு காதலித்ததன் பாசாங்கு ஏதுமில்லாமல், என்னைத் தெரிகிறதா, நான்தான் கிறிஸ்டி, நாம் ஒன்றாக சட்டக் கல்லூரியில் மூன்று வருடம் படித்தோமே என்று அறிமுகப்படுத்திக் கொள்ளவும் செய்தான். ராதிகாவின் மூளைக்குள் ஒரு மின்னல் பாய்ந்தது. அது கிறிஸ்டி என்று மீண்டும் தெரிந்து கொண்டது அவளுக்கு மின்சார அதிர்ச்சியாக இருந்தது. மூளையின் உள்ளறைகள் சின்னாபின்னமாயின. காலம் இடம் என்ற உணர்வு அற்றுப் போனது. அவள் குழந்தைப் பருவத்துக்குத் தூக்கி எறியப்பட்டாள். பத்து வயது. சிவந்த பூ வேலைப்பாடு வைத்துத் தைத்த மஞ்சள் சட்டை. மாநிறமான மெலிந்த உடல், வெறும் பத்து வருட வயதே ஆன தோல், முதிராத தசை, ரம்பம் கொண்டு அறுப்பது போல் அந்தக் கிழவன், ராதிகா நினைவு தடுமாறி மயங்கினாள்.

"நிறைய வேலையிருக்கிறது... வந்தது ஒரு அவசியமான காரியத்துக்காக... உதவி செய்ய வேணும்" என்றான் கிறிஸ்டி.

ராதிகா நிகழ்காலத்துக்குத் திரும்பி வந்தாள். இப்போது எலும்பும் தோலுமான சிறுமியல்ல. வீட்டுத் தலைவி. முப்பத்தாறு வயது, அழுக்கேறிய ஈரமான உள்பாவாடை, எண்ணெய் தேய்த்து வாரி முடிந்த கூந்தல், கருப்பு வளையமிட்ட கண்கள், பத்து வயது பலாத்காரத்தின் தழும்புள்ள உடல். அவள் சிரிக்க முயன்றாள்.

"உள்ளே உட்காருங்கள்... இதோ வந்து விடுகிறேன்..."

கிறிஸ்டி புருவத்தைச் சுளித்து உற்றுப் பார்த்தான். ராதிகா நிமிர்ந்து நிற்கச் சிரமப்பட்டாள். எதுவும் நடக்காதது போல தன் வேலையைத் தொடர முற்பட்டாள். ஆனால் துணியைப் பிழிந்த போது கண்களிலும் நீர் வந்தது, கொடிக் கயிற்றில் விரித்த போது கை நடுங்கியது. அது அவள் கணவனின் உள்ளாடை. கிறிஸ்டி அதை உற்றுப் பார்த்துக் கொண்டிருந்தான். ராதிகா அவமானமாய் உணர்ந்தாள். மீண்டும் கிறிஸ்டி அவளைப் பார்த்தான். ராதிகாவிடம் அவமானம் மாறிக் கோபம் வந்தது, பத்துப் பதினாறு வருடங்களுக்குப் பிறகு இப்படி எதற்கு இவன் உற்றுப் பார்க்கிறான்? கருத்துப் போன முகத்தையா? தளர்ந்து போன உடலையா? முதுமையின் தொடக்க அடையாளங்களையா? கிறிஸ்டி அப்போது தன் கருப்புக் குடையை ஓங்கி நிலத்தில் குத்தினான். மழை ஈரத்தில் நனைந்து கிடந்த மண்ணின் மார்பில் அது ஆழப் பதிந்தது. அவன் வேட்டியை மடித்துக் கட்டினான். எந்த முன்னறிவிப்பும் இல்லை, வாளியிலிருந்து துணிகளையெடுத்துப் பிழிந்து கொடியில் விரித்துப் போட்டான், முற்றிலும் எதிர்பாராத செயலாக இருந்தது அது. ராதிகா ஸ்தம்பித்துப் போனாள். தடுப்பதற்கு முயன்றபோது, அவன் ஈயை விரட்டுவது போல் மெல்ல அவளுடைய கையைத் தட்டிவிட்டான். ஒவ்வொரு துணியாகப் பிழிந்து கொடியில் போட்டான். அவள் முந்தின நாள் நீதிமன்றத்தில் அணிந்திருந்த கருப்பு ரவிக்கை, வெள்ளை உள் பாவாடை, அழுத்திப் பிடிக்கும் ஸ்ட்ரேப்புகள் நெகிழ்ந்தும் தேய்ந்தும் போன மங்கிய உள்ளாடைகள், அஜித்தின் சட்டை, கைலி, அவளுடைய நீல இலைகள் சிதறிக்கிடக்கும் மஞ்சள் வாயில் புடவை. ராதிகா வியர்த்து நின்றாள். கிறிஸ்டி நொடிப் பொழுதில் பணியை முடித்துவிட்டான். மடித்துக் கட்டிய வேட்டியை அவிழ்த்து விட்டு அதன் ஓரத்தில் கையைத்

துடைத்தான். குளித்து விட்டு வா என்று சொல்லிவிட்டு குடையை உருவி விடுவித்தெடுத்துக் கொண்டு முன் வாசல் கதவைத் தேடிக் காணாமல் போனான்.

இப்படியாக அமைந்தது கிறிஸ்டியின் மறு பிரவேசம். மரத்தாழ்ப்பாளிட்ட கதவைத் தள்ளித் திறந்து கொண்டு அவன் மீண்டும் அவளுடைய வாழ்வுக்குள் நுழைந்தான். மறுபடியும் காண்போம் என்று ராதிகா எதிர்பார்த்திருக்கவில்லை. விரும்பவும் இல்லை. பார்க்க நேர்ந்தால் பைத்தியம் வந்து விடுமோ என்று பயந்தாள். நினைத்துப் பார்க்காத ஒரு நாளில் முன்னால் வந்து நின்றால்? சுய கட்டுப்பாட்டை இழந்து அவன் மீது பாய்ந்து விட நேருமென்றும் அவனுடைய சட்டைக் காலரைப் பிடித்துக் குனிய வைத்து இரண்டு கன்னங்களிலும் ஓங்கி அடித்து விடுவோமென்றும் அலறிக் கூவி ஆபாசமாய்ப்பேசி தன்னைத்தானே கேலிக்குரியவளாக்கிக் கொள்ளக் கூடுமென்றும் அவள் பயந்தாள். பிரிவின் ஆரம்ப ஆண்டுகளில் அவள் அவனை எப்போதும் தேடிக்கொண்டிருந்தாள். பார்க்க முடியாமல் போனபோது தன்னை அமைதிப்படுத்திக் கொண்டாள். மின்னல் தாக்கிய மரம்போலிருந்தது அது... அந்த உறவு, அவளுக்குள் அவன் ஆழமாக வேரூன்றியிருந்தான். ஆனால் நொடிப் பொழுதில் அதன் மையம் கரிந்து போனது. அடுத்த நாள் முதல் அதன் வேர்கள் தண்ணீர் பருகுவது முடிந்து போனது, அதன் இலைகள் ஒளியை உண்பது நின்று போனது, மிக இயல்பாக அது குப்புற விழுந்தது. சாலையோரத்தில் அழுகிக் கிடக்கும் உடல்போல. அழுகிப்போன அடிமரமாகி வெட்கமின்றி வேர்கள் நிர்வாணமாகக் காட்சி தந்தன. கொஞ்ச காலம் வாழ்க்கையின் பாதையோரம் மரத்துப் போய் மலர்ந்து கிடந்தது சில காலம்...

ராதிகா எதுவும் நடைபெறாதது போல் கிறிஸ்டிக்குத் தேநீர் தயாரித்தாள். எதவும் நடைபெறாதது போல் கிறிஸ்டி தேநீரை வாங்கிக் குடித்தான். பிறகு எந்த முன்னுரையும் இல்லாமல் பேசினான். நான் வந்தது ஒரு அவசரத் தேவைக்காக, ஒரு வழக்குத் தொடுக்க வேண்டும். அதற்கு முன்னால் ஒரு வக்கீல் நோட்டீஸ் அனுப்ப வேண்டும்.

“யாருக்கு?”

ராதிகா கேட்டாள்

“கய்ப்பமங்கலம் மாதாகோயில் திருத்தந்தைக்கு.”

“எதற்காக?”

“திருத்தந்தை தேவாலய, ஞானஸ்நான ஆவணத்தின் பதிவைத் திருத்துகிறார்.”

“உன்னுடையதா?”

“என்னுடையதல்ல, ஆனால் அது என்னைப் பாதிக்கும்.”

ஒரு குழந்தையின் ஞானஸ்நானப் பதிவைத் திருத்தி அதன் அப்பாவின் இடத்தில் அவன் பெயரை எழுதிவிட தேவாலய திருத்தந்தை முயற்சி செய்கிறார் என்று கிறிஸ்டி சொல்கிறான். ராதிகா ஆச்சரியமடைந்தாள். அப்படி நடக்காதென்றும் அதற்கான வாய்ப்பில்லையென்றும் அவள் வாதிட்டாள். கிறிஸ்டியின் முகம் மங்கலாயிற்று. நான் சொன்னதை ராதி நம்பவில்லை, அப்படித்தானே என்று துயரப்பட்டான்.

“அப்படியானால் அந்தக் குழந்தையின் அம்மா பெயரையும் நான் சொன்னால்?” என்று கேட்டான் கிறிஸ்டி.

“யார் அது?”

நாடகத் தன்மையோடு கிறிஸ்டி அதை வெளிப்படுத்தினான்:

"பிரியங்கா காந்தி."

ராதிகா மெய்யாகவே திடுக்கிட்டாள். என்ன சொல்வதென்று தெரியாமல் சிரமப்பட்டாள். கிறிஸ்டி மிகக் கருத்தோடு கதையை விவரிக்கலானான். "வேறு யாருக்கும் இது தெரியாமல் நீ பார்த்துக் கொள்ள வேண்டும். காரணம் நாம் இதைச் சொன்னால் யாரும் நம்ப மாட்டார்கள். ராஜீவ் காந்தியின் மகள் பிரியங்காவைத் தெரியாதா? அவளுக்கு ஒரு இத்தாலிக்காரனோடு ஏற்பட்ட உறவில் ஒரு குழந்தை பிறந்தது. ராபர்ட் வதேராவுக்கு இந்த விஷயம் தெரிந்தால் அதோடு எல்லாம் முடிந்து விடும். உண்மையான சிக்கல் அதுவல்ல. பிரியங்காவுக்கு ஒன்றல்ல பத்துக் கணவன்மார் வேண்டுமானாலும் கிடைப்பார்கள். ஆனால் இப்படி ஒரு கதை வெளியே வந்தால் மத்தியில் உள்ள யு.பி.ஐ மந்திரி சபை கவிழ்ந்து விடும். ராகுல் காந்தியை அடுத்த பிரதமராகத் தயார் செய்து வருகிறார்கள் என்பதை நினைத்துப் பார்க்க வேண்டும். அதற்கிடையில் தங்கைக்குக் கெட்ட பெயர் ஏற்படுமென்ற நிலை வந்தால்? முடிந்து விடாதா முதல் குடும்பம் பற்றிய மதிப்பு? அதிகம் சொல்வானேன்? எல்லாம் என் கஷ்ட காலம். இல்லையென்றால் இந்தியா என்ற இந்தப் பெரிய நாட்டில் வேறு எங்கேயும் மாதா கோயில் இல்லாதது போல் இங்கு வந்து ஞானஸ்நானத்தில் முழுக வைக்க வேண்டுமா? அவர்கள் எல்லாம் பெரிய ஆட்கள். அவர்களின் மந்திரி சபை தான் மத்தியில் அவர்கள் நினைத்தால் எதுவும் நடக்கும். *India The Greatest Democratic Republic in the World.* சொல்வதில் கம்பீரம் இருக்கத்தான் செய்கிறது. ஆனால் இந்த நாட்டில் என்னைப் போலிருக்கும் ஒரு

சாதாரணக் குடிமகனின் நிலை என்ன? பிரியாங்காவின் குழந்தையை என் தலையில் கட்டிவிட வேண்டும். அதுதான் அவர்களின் நோக்கம். அதற்கு இன்னொரு காரணமும் கூட உண்டு. அதுவும் ரகசியமானது, உன்னிடமென்பதால் சொல்கிறேன். நான்கு வருடமாகக் கிறிஸ்டி ஐசக் என்ற பெயர் நோபல் விருதுக் குழுவின் முன்பு பரிசீலனையில் இருக்கிறது... பிரியங்காவுக்கு எவ்வளவு பெரிய வாய்ப்புப் பார்த்தாயா? அவள் குழந்தைக்கு உலகத் தரத்திலுள்ள ஒரு அப்பா... அதுவும் மிகச் சுலபமான வழியில் அடித்து மாற்றிவிடலாம். பிரியங்காவின் நிலைமையை நினைத்தால் மெய்யாகவே எனக்கு இரக்கம் தோன்றுகிறது. பாவம் அந்தச் சிறுமி எல்லாச் சமயங்களிலும் எஸ்.பி.ஜி. பாதுகாப்பில் வாழ்கிறாள். வாழ்க்கையில் போதுமான அளவு ஓடி விளையாடியிருக்கிறாளா? மற்ற குழந்தைகளைப் போல வகுப்பறைகளுக்குப் போகவும் படிக்கவும் முடிந்திருக்கிறதா? ஒரு திருவிழாவோ நோன்பு நாளோ கொண்டாடி இருக்கிறாளா? வருத்தம் தான் அவளுக்காக நான் எதுவும் செய்வேன். ஆனால், திஸ் ஈஸ் டூ மச்... இதை மட்டும் என்னோடு கேட்கக் கூடாது. கய்ப்பமங்கலம் பாதிரியாரோடு மரியாதையோடு இதையெல்லாம் சொல்லியிருக்கிறேன். இந்தப் பிறவியில் என் வாழ்க்கையில் ஒரே ஒரு பெண் மட்டுமே உண்டு. அவளுக்குப் பிறக்கும் குழந்தையின் தந்தைக்கு உரிய படிவத்தில் தான் என் பெயரைப் பதிவு செய்யலாம். இந்த விஷயத்தில் எவ்வகையிலும் விட்டுக் கொடுப்பதற்கில்லை. அப்படி விட்டுக் கொடுக்க வேண்டுமென்று யார் சொன்னாலும் கேட்கமாட்டேன். அதை இனி நீ சொன்னாலும் சரி..."

ராதிகா எச்சிலை விழுங்கினாள். நீதிமன்றம் போக நேரமாகி விட்டது என்றோ என்னவோ சொல்லித் தீர்த்தாள். ஆனால் கிறிஸ்டி விடவில்லை.

இதுமாதிரியான வழக்குகளைத் தான் கையாளுவது இல்லையென்றும் வேறு ஏதாவதொரு வக்கீலைப் பார்ப்பது தான் நல்லதென்றும் ராதிகா கூறினாள். நீதிமன்றம் செல்ல நேரம் தாமதமாகி விட்டது அலுவலகத்தில் ஒரு கட்சிக்காரன் வருவதாக இருந்தான். அவள் போவதற்கு அவசரப்பட்ட போது கிறிஸ்டி சம்மதம் தெரிவித்தான். சரி, அப்படியானால் நான் இன்னொரு சமயம் வருகிறேன் என்று சொன்னான். அவன் வாசற்படியில் இறங்கினான். *ராதிகா குளியலறைக்கு ஓடினாள். குளியலறைக்குள் சென்றதும் இடமும் காலமும் பற்றிய பிரமை மீண்டும் ஏற்பட்டது. கிறிஸ்டி வந்தான். இது உண்மை தானா? வந்ததும் கதையளந்ததும் பிறகு புறப்பட்டுப் போனதும் உண்மை தானா? பதினாறு வருடத்துக்குப் பிறகு கிறிஸ்டி ஒன்று, இந்தப் பதினாறு வருடங்கள் உண்மை அல்ல, அல்லது கிறிஸ்டி உண்மை அல்ல. வந்த அவன் கிறிஸ்டியா? அல்லது முன்பு கண்ட ஒருவனா? ஆடைகளைக் களைந்து கதவின் மேல் போட்ட போது அவள் சற்றே மிரண்டாள். இது எந்த வருடம்? இரண்டாயிரத்தி அஞ்சா? அல்லது எண்பத்தி ஒன்பதா? மலை மீது கோயிலுக்குப் போனது எண்பத்தி ஒன்பதா?*

ஒரு கணத்தில் அந்த நினைவு மீண்டும் வந்தது. எண்பத்தி ஒன்பது. இளவேனிற் பருவத்தின் தொடக்க நாட்கள். கிறிஸ்டி மலை மீதிருந்த கோயிலுக்குக் கூப்பிட்டான். நாம் அங்கே சென்று காதல் செய்யலாம். ராதிகா ஒரு நாள் மட்டும் வீட்டிலிருந்து தப்பிப் போனாள். பஸ்ஸிலும் ஆட்டோவிலும் குலுங்கிக் குலுங்கி மலை மேல் சென்று சேர்ந்த போது மரப்பட்டையையும் துளைக்கும் குளிர். கோயில் சாத்தப்பட்டிருந்தது. மலை மீது உணவகங்களும் கிடையாது. பூசாரியின் வீட்டில் பின்பக்க அறையை வாடகைக்கு எடுத்துக் கொண்டார்கள். நாம் இங்கே காதலுணர்வு பொங்கப்

பொங்கப் படுத்துத் தூங்கலாம் என்று ஒருவருக்கொருவர் உறுதி செய்து கொண்டார்கள். குளியலறை, வீட்டின் பின்பக்கம் சிறிது தொலைவில் இருந்தது. ராதிகா குளிப்பதற்காகச் சென்றாள். குளியலறைக் கதவின் மேல் ஆடைகளைக் கழற்றிப் போட்டாள். குளித்து முடித்துப் பார்த்தால் துணிகளைக் காணோம். அணிந்திருந்ததும் அணிய இருந்ததும் காணவில்லை. ஓங்கிக் குரல் கொடுத்த போது வெளியிலிருந்து கிறிஸ்டி வெடித்துச் சிரித்தான். "வெளியில் வா பெண்ணே. கோபிகைகளைப் போல் வெளியில் வா. வெளியில் வந்து கைகளை உயர்த்திக் கும்பிடு போட்டு ஆடைகளைக் கேள். இந்தக் கண்ணன் நீ உடுத்தும் ஆடைகளைத் தருவான்." ராதிகா பிணக்கம் கொண்டாள். திட்டு, ஊடல், கலகம். அதன் பிறகு இளமையின் தெம்பு... "சரி, நான் வெளியில் வருகிறேன் நீ விரும்புகிற வரை பார்த்துக்கொள்..." அவள் கதவைத் திறக்க முற்படும்போது பறந்து வந்து துணிகள் விழுந்தன. எண்பத்தி ஒன்பது, ராதிகாவுக்கு இருபது வயதாக இருந்த எண்பத்தி ஒன்பது. கிறிஸ்டி தீப்பந்தம் போல் ஜொலித்த எண்பத்தி ஒன்பது. நினைத்ததும் மனது சினம் பூண்டது. வேண்டாமாக இருந்தது. கிறிஸ்டி ஐசக் மறுபடியும் வர வேண்டாமாக இருந்தது. திரும்பவும் பார்க்க வேண்டாமாக இருந்தது. மறந்து போயிருந்ததை வெளியில் எடுத்துத் தெளிந்த நீரில் பிழிந்து கொடியில் விரித்துப்போட வேண்டாமாக இருந்தது. கொஞ்ச நேரத்துக்குள்ளாக அவன் வாளியிலிருந்து எதையெல்லாம் வெளியில் எடுத்துவிட்டான்? கழற்றிப் போட்ட உடு துணிகள் பத்து வயதின் நினைவு. அப்பா. பட்டணம். காத்திருந்த ஷெட். பெருவழியம்பலம் என்ற பெயர் கொண்ட மதுவருந்தும் இடம். மறந்து போகப்பட்ட ஒருத்தியின் பரிதாப நிலை. ராதிகா பிடிவாத வேகத்தோடு தண்ணீரை மொண்டு தலையில் ஊற்றினாள். வந்தது கிறிஸ்டி

அல்ல, இது கிறிஸ்டி அல்ல. இது வேறொரு ஆள். கிறிஸ்டி ஐசக் எழுதி இயக்கி நடித்த நாடகத்தில் ஒரு கதாபாத்திரம். நோபல் விருதுக்கு நான்கு வருடங்களாகப் பரிசீலனையில் உள்ள கிறிஸ்டி ஐசக்.

தாமதமாகிக் கொண்டிருந்தது. ராதிகா வேகமாக வெள்ளைச் சேலையும் கருப்பு ரவிக்கையும் அணிந்தாள். வழக்குக் காகிதக்கட்டுகளைத் தேடி எடுத்தாள். வெளியே தாவி வந்து கதவைப் பூட்டினாள். திரும்பியதும் முன்புறத்தில் அதே நாற்காலியில் கிறிஸ்டி.

“கிறிஸ்டி, நீ போகவில்லையா?”

அவள் வியப்படைந்தாள்.

கிறிஸ்டி எழுந்திருந்தான்.

“நீ என்னைக் கைவிட்டு விடாதே ராதி... இது என் சாவா, வாழ்வா என்ற பிரச்சினை.... இன்னொரு பெண்ணின் குழந்தையுடைய அப்பன் என்ற பகுதியில் என் பேர் வந்தால் அதற்குப் பிறகு நான் உயிரோடு இருக்க மாட்டேன்...”

ராதிகா அவனையே உற்றுப் பார்த்து நின்றாள்.

“நான் இப்போது என்ன தான் செய்ய வேண்டும்?”

“வக்கீல் நோட்டீஸ் அனுப்ப வேண்டும்.”

“உட்கார்...”

ராதிகா பூட்டிய கதவை மீண்டும் திறந்து உள்ளே சென்றாள். அலுவலக அறையின் மேஜையிலிருந்து தன் முகவரி அச்சிட்ட லெட்டர்பேடிலிருந்து ஒரு தாளைக் கிழித்தெடுத்தாள்.

அட்வகேட் ராதிகா அஜித் எம்.ஏ.எல்.எல்.எம். பெத்தல் ஹேமைச் சேர்ந்த பீட்டர் மகன்

கிறிஸ்டி ஐசக் கேட்டுக் கொண்டதன் பேரில் கய்ப்பமங்கலம் செயிண்ட் ஜோசப் பள்ளிப் பாதிரியாருக்கு அனுப்பப்படும் வக்கீல் நோட்டீஸ். தாங்கள் திருத்தந்தையாக இருக்கிற தேவாலயத்தில் ஞானஸ்நானப் பதிவுகளைத் திருத்தி என் கட்சிக்காரருக்கு ஈடு செய்ய முடியாத மான நஷ்டமும் மனவேதனையையும் ஏற்படுத்தும் முயற்சி நடப்பதாக என் கட்சிக்காரருக்கு நம்பத் தகுந்த தகவல் கிடைத்திருக்கிறது. அப்படி நடந்தால் என் கட்சிக்காரருக்கு ஏற்படும் நஷ்டம் மிகப் பெரியதாக இருக்கும். எனவே மாதா கோவிலின் ஞானஸ்நானப் பதிவுகளில் செயற்கையாக ஏதேனும் செய்து என் கட்சிக்காரரின் பெயரைத் தவறாகப் பயன்படுத்தும் முயற்சியை நிறுத்திக் கொள்ள வேண்டுமென்றும் அவ்வாறு செய்யாவிட்டால் தங்களுக்கு எதிராக சிவில், கிரிமினல் சட்ட நடவடிக்கைகள் எடுக்கப்படுமென்றும் இதனால் தெரிவிக்கப்படுகிறது.

என

அட்வகேட் ராதிகா அஜித்

கிறிஸ்டி பையிலிருந்து கண்ணாடியை எடுத்தணிந்து கொண்டு கவனமாகப் படித்துப் பார்த்தான்.

“பிரியங்காவைப் பற்றியும் சொல்ல வேண்டுமோ?”

“வேண்டாம்.”

“இல்லை.... கொஞ்சம் பலம் கூட்ட...”

“அப்படிச் செய்தால் வழக்கின் பலம் போய்விடும்.”

கிறிஸ்டி மனமில்லாமல் அடங்கிப் போனான். அவன் காகிதத்தைக் கவனமாக மடித்துச் சட்டைப் பையில் வைத்துக் கொண்டான்.

"நானே தபாலில் சேர்த்து விடுகிறேன்."

ராதிகா வீட்டைப் பூட்டி விட்டுப் புறப்பட்டாள் வயல் வரப்பில் அவள் தான் முன்னால் நடந்தாள். கிறிஸ்டி பின் தொடர்ந்தான். நீதி மன்றத்துக்காகப் பஸ் ஏறும் நிறுத்தம் வந்த போது திடீரென ராதிகா கேட்டாள்:

"கிறிஸ்டி, இத்தனை நாளாக எங்கே இருந்தாய்?"

"நானா?"

கிறிஸ்டி பேச மனமில்லாதவன் போல் அவளைப் பார்த்தான்.

"எதற்காக நீ அப்படிக் கேட்கிறாய்?"

ராதிகாவுக்கு பதிலளிக்கச் சொற்கள் கிட்டவில்லை. கிறிஸ்டி சிரித்தான்.

"அது சரி... ஒரு விஷயத்தை நீ கவனிக்கவில்லையே.. இந்தக் கய்ப்பமங்கலம் தேவாலயம்.. அந்த தேவாலயத்தைப் பற்றி நீ கேள்விப்பட்டதுண்டா?"

"என்ன கேட்டாய்?"

"உனக்கு ஞாபகம் வரவில்லை, இல்லையா? நாம் ஒருமுறை அங்கே போயிருக்கிறோம். அப்படித்தான் எனக்கு ஞாபகம்..."

ராதிகா சிரிக்க முயன்றாள்.

"சரி தான்."

"ஒரு நடுப்பகல் நேரம்... எதற்காக நாம் போனோம்..?"

ராதிகா தன் குரலை இழந்தவளாய்க் கிறிஸ்டியை உற்றுப் பார்த்தாள்.

"போனது மட்டும் ஞாபகம் இருக்கிறது. எதற்காக என்பது மட்டும் நினைவில்லை."

"எனக்கும் தான்."

ராதிகா இவ்வாறு சொன்னாள். அவள் கிறிஸ்டியிடம் விடைபெறுவதில் அக்கறை காட்டவில்லை. முதலில் கண்ணில்பட்ட ஆட்டோ ரிக்‌ஷாவுக்குக் கையைக் காட்டினாள். அதில் ஏறிக் குடும்ப நீதிமன்றத்துக்கு விரைந்தாள். குழந்தையை மீட்பதற்கான ஒரு தாயின் வழக்கு பரிசீலனையில் இருந்தது. ராதிகா திரட்டி வைத்திருந்த சட்டக் குறிப்புகள் எல்லாம் மறந்து விட்டன. வழக்கில் அவள் தோற்றுப் போனாள். ஏழெட்டு நாட்டுகளுக்குப் பின் ஒரு நாள் அதே வழக்கின் மேல் முறையீட்டுக்குச் செல்ல முற்பட்ட போது ராதிகாவைத் தேடி நாலைந்து தடியர்கள் வந்தார்கள்.

"இங்கே ராதிகா வக்கீல் யாரு?"

அலமாரியில் கேஸ் கட்டுகளைத் தேடிக் கொண்டிருந்த ராதிகா தலை நிமிர்ந்தாள். அவளைக் கண்டதும் அவர்கள் கூட்டமாகக் கொந்தளித்தனர்.

"போக்கிரித் தனத்துக்கு ஒரு எல்லை வேண்டும்."

"விஷயத்தைச் சொல்லுங்கள்..."

"பாதிரியாருக்கு நோட்டீஸ் அனுப்ப உங்களிடம் சொன்னது யார்?"

ராதிகாவுக்குச் சட்டென்று நினைவுக்கு வரவில்லை.

"வக்கீல் என்றால் கொஞ்சமாவது புத்திசாலித்தனம் வேண்டும்... ஒரு தேவாலயத்தில் ஞானஸ்நானப் பதிலைத் திருத்துவது சுலபம் என்றா நினைப்பு."

ராதிகாவுக்கு விஷயம் புரிந்துவிட்டது.

"கிறிஸ்டி ஐசக்கின் வழக்கைத் தானே சொல்கிறீர்கள்?"

"ஆமாம்... அவனுக்காக நோட்டீஸ் அனுப்ப உங்களிடம் சொன்னது யார்?"

"நான் கிறிஸ்டியின் classmate."

"நாங்கள் அவனுடைய அண்ணன்மார்கள்..."

அவர்களில் மூத்தவனாக இருந்தவன் கோபப்பட்டான். "கொஞ்ச காலமாகக் கிறிஸ்டி அருட்தந்தையின் தீராத தொல்லையாகிவிட்டான். இரண்டு வகை அழுத்தங்கள். ஒன்று ஏதோ ஒரு பெண்ணுக்கு அவன் அங்கே தாலிகட்டியிருக்கிறான். அதைப் பதிவு செய்து தர வேண்டும், இரண்டு அந்தப் பெண் மூலம் அவனுக்கு ஒரு குழந்தை இருக்கிறது. அரிஸ்டாட்டில் கிறிஸ்டி ஜூனியர். அதற்கு ஞானஸ்நானம் பதிவு செய்து தர வேண்டும்."

"அருட்தந்தை வெள்ளைத் தாளில் எழுதித் தருவதாகச் சொன்னார். ஆனால் அவன் சம்மதிக்க வேண்டுமே? முடிவில் அருட்தந்தை அவனைத் திட்டி வெளியே துரத்தி விட்டார். அந்தக் கோபத்தில் மறுநாள் முதல் அவன் கதை கட்டினான். ஞானஸ்நானப் பதிவைத் திருத்தி விட்டார் என்று."

நெடுநேரம் சென்ற பிறகுதான் ராதிகாவின் மரத்துப்போன தொண்டை மாறியது.

"அப்புறம்... கிறிஸ்டி இப்போது எங்கே?"

"ஓ... அவன் மறுபடியும் பைங்குளத்தில் தான்..."

"பைங்குளத்திலா..?"

"ஆமாம்... மின்சார ஷாக் வைப்பதற்கு..."

குடும்ப நீதிமன்றத்தில் ராதிகாவின் வழக்கு அன்றும் தோற்றது. அன்று இரவு அவள் அந்தப் பழைய மரம் வெட்டுகிறவனைக் கனவில் கண்டாள். கனவில்

அந்த மரத்தையும் மறந்தேன் மறந்தேன் நான் | 31

அவள் கர்ப்பிணியாக இருந்தாள். நரைத்த யானைக் கொம்பு மீசை திருகியபடி அவன் அருகில் வந்தான். கயிறு கொண்டு அவளைக் கட்டிலில் கட்டினான். கோடாரியை அவளுடைய நிறைந்த வயிற்றின் மீது வீசினான். கூக்குரலிட்டபடி அவள் குதித்தெழுந்தாள். அஜித் திடுக்கிட்டு விழித்தான்.

"என்ன?"

"என் குழந்தை..."

ராதிகா தன் வயிற்றைப் பொத்திக் கொண்டாள்.

தூக்கக் கலக்கமுள்ள கண்களால் அஜித் அவளை வெறுப்போடு பார்த்தான். சகிப்புத் தன்மையற்றவனாய்த் திரும்பவும் படுத்துக்கொண்டு மீண்டும் குறட்டை விடலானான். அறையில் கடுமையான ஒரு வாசனையை ராதிகா உணர்ந்தாள். பச்சை ரத்தத்தின் மணம்.

2

தைக்கூடம் என்பது அந்த இடத்தின் பெயர். பெருவழியம்பலம் என்பது அந்த மதுவருந்தும் 'பாரின்' பெயர். பைங்குளம் பார்வதி என்பது அந்த வேசியின் பெயர்.

பைங்குளம் பார்வதி அவளுடைய தொழிலில் மிகக் கெட்டிக்காரியான ஒரு மகளிர் மாணிக்கம். அவள் பைங்குளத்தில் பிறந்தவள். நகரங்கள் தோறும் வாழ்ந்தாள். ஆண்களை உவகை கொள்ள வைத்தாள். எந்த சமயத்திலும் பைங்குளம் என்ற ஊரின் பெயர் ராதிகாவை நிலைகுலைய வைத்தது. பார்வதியைப் பற்றி நினைக்கும் போது அவள் பொறாமை கொண்டாள். ஒரு தந்தை மகளை வழியிலேயே மறந்து விடுமளவுக்குப் பேராசை கொள்ள வைக்கும் பெண் அவள் என்ற நினைப்பு அவளை எரிச்சல்படுத்தியது. அப்பா அவளுடைய அறையில் படுத்துக் கிடந்த போது தான் காவலர் ரெய்டு செய்யப் போனார்கள். கைக்குக் கிடைத்த போர்வையை உடுத்தியே தன் நிர்வாணத்தை அப்பா மறைத்துக் கொண்டார். நீலமும் மஞ்சளுமாகக் கட்டம் போட்ட ஒரு முரட்டுப் போர்வை. காவல் நிலையத்தில் ஒருவரையொருவர் காண நேர்ந்தபோது ராதிகா நிர்வாணமாக இருந்தாள். அவளுடைய சிவந்த பூ வேலைப்பாடுடைய மஞ்சள் உடையையும், மஞ்சள் உள்ளாடையையும் மரம் வெட்டி எங்கேயோ கழற்றி

எறிந்து விட்டான். மெலிந்த சிறிய தொடைகளில் காய்ந்து கருத்த பாசிபோல் இரத்தம் கட்டி நின்றது.

மீண்டும் ஒரு பத்து வருடத்துக்குப் பிறகு அந்த நிகழ்ச்சியைக் கிறிஸ்டியிடம் விளக்கிய போது ராதிகாவுக்குத் தன் ஞாபக சக்தியைக் குறித்துப் பெருமையும் பெருமிதமும் தோன்றியது. நுணுக்கமாக விவரங்கள் ஒவ்வொன்றையும் அவள் நினைவுகூர்ந்தாள். ஒரு விதையிலிருந்து முதல் வேரும் முதல் இலையும் துளிர்ப்பது போல. பின்னர் தாய்வேரிலிருந்து வேர்களின் கூட்டம் நான்கு பக்கமும் பரவுவது போல அவள் நினைவின் பெருமரத்தைப் படைத்துத் தரலானாள். நகரத்துக்குப் புறப்பட்ட நாள், அவள் போனது ஒரு போட்டியில் பங்கு கொள்வதற்காக - ஓவியம் வரையும் போட்டி. பள்ளியில் அவள் முதல் பரிசைப் பெற்றிருந்தாள். இன்னும் பெரிய போட்டி நகரத்தில் நடைபெற்றது. அதில் பங்கு கொள்வதற்காக அதிகாலையில் புறப்பட்டாள். அம்மா அவளுக்குச் சிவப்புப் பூப்போட்ட மஞ்சள் உடையை அணிவித்தாள். தலை முடியை இரண்டாக வகிர்ந்து மடக்கிக் கட்டினாள். அம்மா அவர்களுக்காகத் தோசை சுட்டாள். சூடான தோசைக் கல்லில் மாவு 'ஸ்ஸ்' என்ற சத்தத்தோடு விழுந்தது. தேங்காய்ச் சட்டினியில் கடுகு பொரிந்தது. எண்ணெயில் கருவேப்பிலை மொறுமொறுத்தது. அப்பா கையில்லாத பனியன் போட்டுக் கொண்டு கக்கத்திலும் கழுத்திலும் குட்டிக்கூரா பவுடர் அள்ளிப் பூசிக் கொண்டு சிற்றுண்டி சாப்பிட வந்தார். அப்பா கண்களை உருட்டி அவளைப் பார்த்தார். அவள் தலை குனிந்தவளாய்த் தோசையை மெதுவாய்ச் சாப்பிட்டாள்.

சாப்பிட்டு முடித்ததும் அப்பா ஜிப்பாவை அணிந்து கொண்டார். கஞ்சியில் நனைத்துத் தேய்த்து மடித்து வைத்திருந்த ஜிப்பாவை விரித்தெடுத்த போது

கசகசவென்று ஓசையெழுந்தது. வர்ணப் பெட்டியும், தண்ணீர் நிரப்பிக்கொள்ள ஒரு எவர் சில்வர் தம்ளரும் முனையைக் கூர்மைப்படுத்திய நான்கு எச்.பி. பென்சில்களும் ஒரு பிளேடும் ஓரம் தேய்ந்த ஒரு ரப்பரும் சேமித்து வைத்த ஒரு பச்சை பென்சில் பெட்டியுடன் கூடிய ஒரு சிவந்த பிளாஸ்டிக் கவரை அவள் கையில் பிடித்திருந்தாள். போட்டியில் கலந்து கொள்ள அப்பா சம்மதிப்பார் என்று எதிர்பார்க்கவில்லை. நகரத்துக்குப் போகலாம் என்பதற்காக அப்பா சம்மதித்திருக்கலாம். அவள் போட்டியில் வரைந்து கொண்டிருந்த நேரத்தில் பார்வதியைப் பார்க்கப் போகலாமென அப்பா கணக்குப் போட்டிருக்க வேண்டும். அப்பா முதலில் வெளியே போய்விட்டுத் திரும்ப வந்துவிட்டார். அதற்குள்ளாக அவளுடைய வரையும் பணி முடிந்து விட்டது. நகரத்துக்கு வந்து சேர்ந்த சிறுமி என்பது தான் ஓவியத்துக்குரிய தலைப்பு. அவள் அப்பாவுக்குப் பின்னால் தலை குனிந்து நடக்கும் தன்னையே வரைந்து வைத்தாள். அவளுக்கு இரண்டாம் பரிசு கிடைத்தது. பரிசை இன்னொரு நாள் கொடுக்கவிருப்பதாகச் சொல்லப்பட்டது. ஆனால் அது அவளுக்கு ஒரு போதும் கிடைக்கவே இல்லை. பெரிய அறையிலிருந்து அப்பா அவளை அழைத்துக் கொண்டு போற்றி ஓட்டலுக்குக் கூட்டிச் சென்று பூரியும் கிழங்கும் வாங்கிக் கொடுத்தார். பிறகு பின்னால் என்ஜின் பொருத்தியிருந்த ஒரு ஆட்டோ ரிக்‌ஷாவில் தைக் கூடத்துக்குப் போனார்கள். அதன் பிறகு தான் அப்பா மதுவருந்தியதும் அவளை மறந்து விட்டுப் போனதும் பல வருடங்களுக்குப் பிறகு கிறிஸ்டியிடம் அந்த நிகழ்ச்சியை விவரிக்கும் போது அன்றைய நாளையும் அது போலவே அனுபவிக்கலானாள். அழுக்குப் பிடித்த காத்திருப்பு இடம். உடைந்து சிதைந்த சாக்கடை. கருத்து நாறும் தண்ணீர். சிறுநீரின் துர்நாற்றம். பின்பக்கம்

சிதைந்து விழுந்த சுவரில் நமது வேட்பாளருக்கு வாக்களியுங்கள் என்று நீல நிறத்தில் சுவரெழுத்து. இங்கே சிறுநீர் கழிப்பது தடை செய்யப்பட்டுள்ளது எனச் சுண்டு விரலளவு ஒரு விளம்பரப்பலகை. சாலையில் விரையும் வாகனங்கள். அந்த நேரத்தில் வந்த திடீர் மழை,

“என் செல்லமே...”

என்று சொல்லியபடி கிறிஸ்டி வேதனையுடன் அவளை சேர்த்தணைத்துக் கொண்டான்.

“எனக்குக் கேட்க விருப்பமில்லை..”

“கேட்க வேண்டும்... உன்னிடம் நான் சொல்லியாக வேண்டும்.”

ராதிகா சொல்லிக் கொண்டிருந்தாள். மரம் வெட்டி. அவனுடைய வற்றி வறண்ட உடல். சிதைந்து போன மரத்தின் வாசனையுள்ள உடல். அவளுக்கு வலித்தது, காயமானது, அவள் அழுதது, அந்த நேரம் அவன் கோடாரியை ஓங்கிப் பயமுறுத்தியது, அவளுடைய கண்கள் அஞ்சிப் பார்த்தது...

“உனக்கு அப்போது என்ன தோன்றியது?”

கிறிஸ்டி பதைபதைப்போடு கேட்டான்.

“அந்தச் சின்ன வயதில்?”

“குளிர்ந்து மரத்துப் போனேன்...”

அவன் தூங்கியதும் தான் ஓடித் தப்பிப் போனதும் பற்றி ராதிகா சொன்னாள். மழை பெய்தது, ஒரு சின்னச் சாரல் மழை. நனைந்து மெலிந்த கால்களை நீட்டி நீட்டி வைத்து அம்மா என்று கூவிக் கொண்டு அவள் அழுதபடி ஓடினாள். தெருவிளக்கின் கீழ் தேங்கி நின்ற சேற்றுத் தண்ணீரிலிருந்து சொறித்

தவளைகள் குதித்தன. இரவுக் காவலாகச் சைகிளில் வந்த காவலர்கள். அவளைப் போலீஸ் நிலையத்துக் கொண்டு போனார்கள். அங்கே அவள் அப்பாவைக் கண்டாள். முதலில் அவளுக்கு விளங்கவில்லை. அப்பா ஜிப்பாவையும், சரிகை வேட்டியையும், கருப்புக் குடையையும் இழந்திருந்தார். தலை நிமிர்ந்து, கருப்புக் குடையை நிலத்தில் ஊன்றி சிங்கம் போல் கம்பீரமாக நடந்து போன அப்பா லாக் அப்பின் தரையில் இடது கை வலது தோளிலும் வலது கை இடது தோளிலும் வைத்தபடி குத்தவைத்து உட்கார்ந்திருந்தார். அப்பாவின் கண்கள் சுழன்று கொண்டிருந்தன. ராதிகாவை அந்த நேரத்தில அந்தக் கோலத்தில் கண்ட போது மது போதையிலும் அப்பா திகைத்துப் போனார். போலீஸ்காரர்கள் அப்பாவை அசிங்கமாகப் பேசினார்கள். ராதிகா விம்மி விம்மி அழுதபடி முன்னால் வந்தபோது அப்பா பழக்கமில்லாதவர் போல உற்றுப் பார்த்தார். அடுத்த நாள் பிணையெடுக்க வந்த மாமாவையும் அப்பா முன்பின் அறியாதவர் போல உற்றுப் பார்த்தார். வீட்டுக்குத் திரும்பி வந்த போது அம்மாவையும் தம்பியையும் நண்பர்களையும் உறவினர்களையும் திகைத்துப் போன கண்களோடு பார்த்தார். பக்கத்தில் சென்று பேசச் சிலர் முயன்றார்கள். அவர்களிடம் 'பார்வதி எங்கே' என்று கேட்டார். 'பைங்குளம் வரை நான் போக வேண்டிய அவசியம் இருக்கிறது' என்று இடையிடையே சொல்லிக் கொண்டிருந்தார். அப்பா அறையை விட்டு வெளியே போக முடியாதவராக ஆனார். கட்டிலில் புரண்டு புரண்டு படுத்தபடி, 'என் பார்வதி, என் பார்வதி' என்று அழுதார். முடிவில் அப்பாவைப் பைங்குளத்துக்கே அழைத்து கொண்டு போனார்கள். அங்கே மின்சார ஷாக் வைத்தியம் செய்து திரும்பி வரும்போது பார்வதியோடு நிறுத்தாமல் பேசிக்

அந்த மரத்தையும் மறந்தேன் மறந்தேன் நான் | 37

கொண்டிருந்தார் ஷாக் கொடுக்கத் தாமதிக்கப்படும் போதெல்லாம், 'என் பார்வதி எங்கே?' என்று கேட்டுத் தொல்லைப்படுத்தலானார்.

இதையெல்லாம் கிறிஸ்டியிடம் விவரித்த போது ராதிகா அழவில்லை. அவனுடைய மடியில் அவள் படுத்துக் கிடந்தாள். ஒருத்தனுடைய மடியில் படுத்திருப்பதும் முடி இழைகளைத் தடவி ஒழுங்கு படுத்துவதும் முதன் முறையாக நடந்தது. ஒரு குழந்தை இன்னொரு குழந்தையிடம் நடந்து கொள்வது போலக் கிறிஸ்டி அவளைத் தொட்டான். எனக்கு அழுகை வருகிறது என்று இடையிடையே ராதிகா சொல்லிக் கொண்டிருந்தாள்.

"அப்படியானால் அழுது விடு..."

"கண்ணீரின் பாதை தடைப்பட்டிருக்கிறது... ஒரு மரம் குறுக்கே விழுந்து கிடக்கிறது..."

கிறிஸ்டி அவளுடைய முகத்தைக் குனிந்து பார்த்தான். அதுவும் ராதிகாவின் நினைவில் இருந்தது. அவள் ஒரு அழகியாக இருக்கவில்லை மாநிறத்தில் மிகச் சாதாரணமான ஒரு முகம். இடைவெளியில்லாத புருவங்கள், சிறிய கண்கள். கொஞ்சம் ஒட்டிப்போன கன்னங்கள். உதடுகள் அசாதாரணமாக இருந்தன. உதட்டின் வலது பக்கம் சற்றே நீளம் அதிகமாக இருந்தது. அதனால் முகத்தில் சதா ஒரு ஏளனக் குறி இருந்தது. பிறப்பிலேயே அது அப்படி அமைந்திருந்தது. யாரை இப்படி ஏளனமாகப் பார்க்கிறாய் என்ற கேள்வியோடு தான் கிறிஸ்டி அவளிடம் பழகத் தொடங்கினான். பதினாறு வருடங்கள் முன்பு. ஆனால் அது வேறொரு கிறிஸ்டி. சுடர் விடும் விளக்குப் போன்ற ஒரு மனிதன். அவன் நல்ல உயரமானவன். வெளுத்து மெலிந்த தோற்றமுள்ளவன். சுருண்ட தலை

முடியைத் தோள் வரை வளர்த்திருந்தான். வளமான தாடி இருந்தது. கண்களில் அறிவின் ஒளியும் துணிவும் இருந்தன. தாழ்வு மனப்பான்மை உடைய மனிதர்கள் தன்னம்பிக்கை உடையவர்கள் போல் நடிப்பார்கள். கிறிஸ்டி அகந்தையுள்ளவனாய் நடித்தான். அவன் நண்பர்களைக் கொல்லென்று சிரிக்க வைத்தான். ஆசிரியர்களைப் பதில் சொல்லும்படி திணற வைத்தான். இரட்டை அர்த்தமுள்ள சொல் பிரயோகங்களால் இளம் பெண்களின் கன்னங்களில் இளஞ் சிவப்பு வரும்படி செய்தான். மாறுபட்ட மாத இதழ்கள், திரைப்பட விழாக்கள், நாடகம், சதுரங்க விளையாட்டு, அரசியல் - எல்லாம் அளவளவாகச் சேர்த்தான்.

"நீ மரம் வெட்டியோடு போயிருக்கக் கூடாது..."

கிறிஸ்டி ஒரு கிளிக் குஞ்சினைப் போல் அவளை அணைத்துப் பிடித்தான்.

"நீ போனதனால் தான் இப்படியெல்லாம் நடந்து விட்டது..." என்று அவன் வருத்தத்துடன் கூறினான்.

"நீ போகாமல் இருந்திருந்தால் அப்பா திரும்பி வந்திருப்பார். நீங்கள் வீட்டுக்குத் திரும்பிப் போயிருப்பீர்கள். உன் அப்பா மீண்டும் வேலைக்குப் போயிருப்பார். நீ படித்து வளர்ந்து ஒரு நல்ல மனிதனைத் திருமணம் செய்து கொண்டு..."

"போனதனால் தானே நாம் சந்தித்துக் கொள்ள முடிந்தது?" என்று கேட்டாள் அவள்.

அவர்களின் சந்திப்பு சங்கடமான காலத்தில் நிகழ்ந்தது. அது அவளுடைய துயரத்தின் காலம். மாமா ஒரு விபத்தில் இறந்து போனார். சட்டக் கல்லூரியில் இடம் கிடைத்த ஆண்டில் அம்மா இறந்து போனார். மாமா இறந்த பிறகு சில சிறிய வேலைகளுக்குப் போனாள்

அந்த மரத்தையும் மறந்தேன் மறந்தேன் நான்

அம்மா. லோனப்பன் என்ற ஒருவனும் அவன் மனைவி தங்கம்மாவும் வந்து அம்மாவைக் கூட்டிக்கொண்டு போனார்கள். அந்தக் கூலியை வைத்துக் கொண்டு அம்மா சாப்பாட்டுக்கும் அப்பாவின் வைத்தியத்துக்கும் செலவு செய்தாள். இரண்டு மக்களையும் படிக்க வைத்தாள். அம்மா என்ன வேலை செய்தாள் என்பதை அவள் மரணத்துக்குப் பிறகு தான் அறிந்து கொண்டாள். ஒரு நாள் அம்மாவின் இதயம் நின்று போனது. தம்பி பள்ளி மாணவன். அப்பாவுக்கு மருந்து வாங்க வேண்டும். மூன்று பேருக்குச் சாப்பாடு வேண்டும். தம்பியும் தானும் படிக்க வேண்டும், சீக்கிரமாகக் கொஞ்சம் பணம் சம்பாதித்து விடலாமென்று லோனச்சனும் அவர் மனைவியும் ஆசை காட்டிய போது ராதிகா முடிவெடுத்தாள், அம்மா செய்த வேலையை மகளும் செய்யலாம் என்று. தங்கம்மா அத்தையுடன் அவள் புறப்பட்டாள். அது செப்டம்பர் மாதம். அடுத்த மாதம் வகுப்புகள் தொடங்கும் அச்சம் தோன்றவில்லை. காரில் உணர்ச்சியற்றவளாய் உட்கார்ந்திருந்தாள். ஒரு பெரிய ஓட்டலுக்கு அழைத்துக் கொண்டு போனார்கள். நல்ல அறை, அருமையான உணவு, சிறிது நேரம் கழித்து யாரோ ஒருவன் அறைக்கு வந்தான், கதவுகளை காலால் உதைத்து மூடினான். தோள் வரை புரண்டு கொண்டிருந்த தலை முடியைப் பின்னால் தள்ளி விட்டு அவளை அவன் பார்த்தான். அவள் திடீரென்று பத்து வயதுக்காரியாக மாறினாள். பூ வேலைப்பாடமைந்த சட்டைக்குள் மெலிந்த உடல். அப்பா ஞாபகம் வந்தது. மரம் வெட்டுபவனின் ஞாபகம் வந்தது. அவளுக்குப் பயம் தோன்றியது. அவன் தன் உடைகளைக் களைந்து ஹேங்கரில் மாட்டினான். முழு நிர்வாணமாக நாற்காலியை இழுத்து உட்கார்ந்தான். ஒரு சிகரட்டைக் கொளுத்திக் கொண்டான். ராதிகா தலை முதல் கால் வரை நடுக்கம் கொண்டாள். பக்கத்தில்

எங்கேயோ அவள் சங்கிலிகள் குலுங்கும் ஓசையைக் கேட்டாள். பார்வதி, பார்வதி என்கிற ஏக்கக் குரலையும் கேட்டாள். எல்லா நம்பிக்கையும் சிதறிப் போனது, முடியாது. பைங்குளம் பார்வதியைத் தோற்கடிக்க ராதிகாவால் முடியாது. இளைஞன் வெறுப்போடு அவளைப் பார்த்தான். ஆடைகளைக் களையும் படி ஆணையிட்டான். ராதிகா மின்சாரம் தாக்கியது போல் உணர்வற்று நின்றாள். சுவரை அவள் ஒட்டிப் பிடித்து நின்றாள். இளைஞன் கோபமுற்று அவளைப் பார்த்தான். "காசு எண்ணி வாங்கிக் கொண்டு நாடகமா ஆடுகிறாய்" என்று கோபப்பட்டான். ராதிகா ஏதோ பேச நினைத்தாள். இளைஞன் அக்கறை காட்டவில்லை. அவன் அவளுடைய ஆடைகளைப் பிடித்து அவிழ்க்கத் தொடங்கினான். பிடித்து இழுத்ததில் அவளிடம் இருந்த ஒரே நல்ல சுடிதாரின் மேலாடை கிழிந்தது. அவள் திமிறினாள். அவன் கோபம் கொண்டான். அவள் ஓட முயற்சி செய்தபோது சுடிதாரின் மேலாடையால் அவளுடைய கைகளைக் கட்டித் தரையில் தள்ளி வன்புணர்வு செய்தான். ராதிகா துடித்துக் கூக்குரலிட்டாள், எழுந்திருக்கும் போது அவன் அவளைக் குதிகாலால் மிதித்தான். அவளுடைய நிர்வாணமான உடலை அப்படியே விட்டு விட்டு அவன் ஆடையணிந்து கொண்டு அறையை விட்டு வெளியே போனான். ராதிகா ரத்தத்தில் குளித்தபடி கிடந்தாள்.

அக்டோபரில் சட்டக் கல்லூரியில் வகுப்புகள் தொடங்கின. முதல் நாளன்றே ராதிகா அவனை மீண்டும் கண்டாள். அவன் அங்கே பெரிய இயக்கங்களை நடத்துபவனாக இருந்தான். கொஞ்ச நாட்களுக்குப் பிறகு திரைப்பட விழாவுக்குப் பணம் வசூலிக்க அவன் அவளிடம் வந்தான். பணம் இல்லையென்று

ராதிகா கூசாமல் சொன்னாள். கிறிஸ்டி அவளைப் பகைமையோடு பார்த்தான்.

"யாரோடு உனக்கு இத்தனை அலட்சியம்?" என்று அவன் கேட்டான்.

"என்னோடு தான்."

அவன் அவளைக் கூர்மையாகப் பார்த்தான்.

"எங்கேயோ உன்னைப் பார்த்திருக்கிறேனே... நீ... நீ தானே அன்றைக்கு...?"

"ஆமாம்..."

கிறிஸ்டி அவளை உற்றுப் பார்த்தான். கண்களில் கோபமும் இகழ்ச்சியும் நிறைந்திருந்தன.

"ஒரு வேசியின் ஒழுக்கம்..."

"ஒரு அறிவு ஜீவியின் பகல் நேர மரியாதை வேடம்..."

அவளுக்கு அவன் பார்வையைக் கண்டு சிரிப்பு வந்தது. ஆனால் இனிக் கல்லூரிக்கு வருவதில்லை என்று அவள் முடிவு செய்தாள். அவள் பக்கத்து வீடுகளில் வேலைக்காரியாகப் போகத் தொடங்கினாள். பைங்குளம் பார்வதியைத் தோற்கடிக்க முடியாதென்று தெரிந்து கொண்டது முதல் அவள் இப்படித்தான் செலவுக்குப் பணம் தேட முடிந்தது. காலையில் ஆறு மணி முதல் எட்டு வரையிலும், மாலையில் ஆறு முதல் எட்டு வரையும் இரண்டு வீடுகளில் வேலை. ஒவ்வொரு வீட்டிலிருந்தும் இருபத்தைந்து ரூபாய் வருமானம். ஒரு நாள் வருமானம் ஐம்பது ரூபாய். அடுத்த ஒரு வாரத்துக்கு அவள் கல்லூரிக்குப் போகவில்லை. திங்கட்கிழமை மாலை அவன் அவளைத் தேடி வந்தான். அவன் வந்த போது அவளுடைய தம்பி திண்ணையிலிருந்து படித்துக் கொண்டிருந்தான்.

அப்பா சங்கிலியை அசைத்து, 'பார்வதி பார்வதி' என்று வீட்டுக்குள் அழுது கொண்டிருந்தார். அவன் ராதிகாவைப் பற்றி விசாரித்தான். தம்பி அவனை அவள் வேலை செய்து கொண்டிருந்த வீட்டுக்கு அழைத்துப் போனான். அவள் அப்போது எச்சில் பாத்திரங்களைக் கழுவிக் கொண்டிருந்தாள். அவனைக் கண்டதும் அவள் செயலற்றுப் போனாள். அவன் அவளை விடவும் அதிர்ந்து போனான். சாம்பல் புரண்ட கைகளைச் சுடிதாரில் துடைத்துக் கொண்டு அவள் வெளியே வந்தாள்.

"ஏன் கல்லூரிக்கு வரவில்லை?"

அவன் குரல் பலவீனமாக ஒலித்தது,

"படிப்பை நிறுத்தி விட்டேன்."

அவளுடைய குரலும் பலவீனமாகவே இருந்தது.

"ஏன் அப்படி?"

"பணமில்லை."

"பணம் தாராளமாகச் சம்பாதிக்கும் சுகமான தொழில் தெரியுமல்லவா?... அதை நிறுத்தி விட்டாயா?

"அன்றைக்கே நிறுத்திவிட்டேன்..."

"ஏன் அப்படி?"

"அத்தனை சுகமானதாக இல்லை அது..."

அவன் அமைதியானான். அவளைச் சற்று நேரம் உற்றுப் பார்த்தான்.

"கல்லூரிக்கு வர வேணும்... பணம் நான் தருகிறேன்..."

"எனக்கு உங்கள் பணம் வேண்டாம்..."

அந்த மரத்தையும் மறந்தேன் மறந்தேன் நான் | 43

அவள் வேலை செய்யும் வீட்டுக்குத் திரும்பிப் போனாள். நீண்ட நேரம் கழித்து அவளுடைய வேலை முடிந்தது. வீடுகளில் மிச்சமான உணவுகளை நிறைத்துக் கொண்டு பைகளோடு அவள் வீட்டுக்குத் திரும்பினாள். முற்றத்தில் பைக் நிறுத்தப்பட்டிருப்பதைக் கண்டதும் நின்றாள். அவன் திண்ணையில் மல்லாந்து படுத்துக் கொண்டிருந்தான், அவனுக்குப் பக்கத்திலிருந்த ஒரு நாற்பது வாட் பல்பின் வெளிச்சத்தில் அவளுடைய தம்பி பாடம் படித்துக் கொண்டிருந்தான்.

“கிறிஸ்டி, நீ போகவில்லையா?”

அவன் எழுந்து உட்கார்ந்தான்.

“ராதிகா, நீ கல்லூரிக்கு வர வேணும்.”

அவள் பிளாஸ்டிக் கவர்களைக் கீழே வைத்து விட்டுத் திண்ணையில் தளர்ந்து போய் உட்கார்ந்தாள். நாற்பது வாட் பல்ப் திடீரென்று மின்சார வேகம் இழந்து அணைந்து போனது. உள்ளே அப்பா முனகலானார்: “என் பார்வதி, என் பார்வதி.” மண்ணெண்ணெய் விளக்கை எடுத்து வரத் தம்பி போனபோது கிறிஸ்டி இருட்டில் அவளுடைய கையைப் பிடித்தான்.

“நீ வரவேணும்.”

அவனுக்குக் குரல் சரியாக வெளியே வரவில்லை.

“வருகிறேன்...”

அவளுக்கும் குரல் சரியாக வெளியே வரவில்லை. இரண்டு வீடுகளின் எச்சில் பாத்திரங்கள் கழுவி மரத்துப்போன மரம் போலாகி விட்ட அவளுடைய உள்ளங்கையை எடுத்து அவன் தன் நெற்றியில் வைத்துக் கொண்டான். முகத்தைக் கையில் உரசினான். அவனுடைய உதடுகளும் தாடி ரோமங்களும் அவளுடைய உள்ளங்கை வழியாக மின்சாரத்தைப்

பாய்ச்சி விட்டன. தம்பி விளக்குடன் வரும் முன்பே விடைபெறாமலே அவன் போய் விட்டான்.

அடுத்த நாள் ராதிகா கல்லூரிக்குச் சென்றாள். மதியம் கிறிஸ்டி உணவுப் பொட்டலத்தோடு வந்தான். பொட்டலத்தின் ஒரு ஓரத்திலிருந்து அவளும் இன்னொரு ஓரத்திலிருந்து அவனும் நிசப்தமாக உணவருந்தினார்கள். ஒரே பாட்டிலிலிருந்து தண்ணீர் குடித்தார்கள். மாலையில் அவனுடைய பைக்கில் அவளை வீட்டில் கொண்டு போய் விட்டான். காலையில் வருவதற்கான பஸ் கட்டணத்தைக் கையில் கொடுத்தான். அவள் கேட்காமலே அவளுக்கும் தம்பிக்கும் புத்தகங்கள் வாங்கித் தந்தான். அவளுக்குத் துணியும் வாங்கினான். அப்பாவுக்கு மருந்தும் வாங்கிக் கொடுத்தான். அவன் போகிற இடத்துக்கெல்லாம் ராதிகாவை அழைத்துக் கொண்டு போனான். போராட்டப் பந்தலில், இலக்கியக் கூட்டங்களில், சினிமா தியேட்டர்களில், அறிவு ஜீவிகளின் விவாதங்களில் கலந்து கொள்ளக் கூட்டிப் போனான். அவள் சிரிப்பதற்காக நகைச்சுவைகள் மொழிந்தான். அவளை ஊடல் கொள்ள வைக்கக் குறும்புகள் செய்தான். பொது இடங்களில் நினைத்துப் பார்க்காத நேரங்களில் அவளைத் தொட்டுக் கிளுகிளுப்பூட்டியோ முத்தமிட்டோ திடுக்கிட வைத்தான். கொட்டும் மழையாக இருந்தாலும் பொரியும் வெயிலாக இருந்தாலும் கடற்கரைக்குக் கூட்டிப் போனான். அவளுடைய மடியில் தலை வைத்து அவன் மணலில் நீட்டி நிமிர்ந்து படுத்துக் கொண்டான். அவர்கள் வெயிலில் வியர்த்தார்கள்; மழையில் குளிர்ந்தார்கள்.

சில வேளைகளில் அவளை அவன் தான் தங்கியிருந்த விடுதிக்கும் அழைத்துக் கொண்டு போனான். உட்லண்ட்ஸ் என்பது அதன் பெயர். ஒரு புதிய

கட்டடமாயிருந்தது அது. ஐந்து தளங்கள் அதில் இருந்தன. கிறிஸ்டியின் அறை ஐந்தாம் மாடியில் இருந்தது. அங்கிருந்து பார்த்தால் நகரமும் கல்லூரியும் விரிந்த நெல் வயல்களும் தென்னந் தோப்புகளும் தெரியும்படி இருந்தன. பிருந்தாவனம் என்று தன் அறையைக் கிறிஸ்டி அழைத்திருந்தான். அங்கே அவன் அவளை ஒரு குழந்தையைப் போல் தழுவிக் கொண்டான். சின்னப் பாப்பாவைப் போல் விளையாட்டுக் காட்டினான். தேவதையைப் போல் ஆராதித்தான். சில வேளைகளில் அவளைப் பிடித்து மொட்டை மாடிக்கு இழுத்துக் கொண்டு போனான். கதவின் வெளிப் பக்கம் தாழ் போட்டுக் கொண்டான். பிறகு அவன் அவளைத் தரையில் படுக்க வைத்து முத்தமிட்டான். அவர்களுக்கு மேலே ஆகாயம் தடையேதுமின்றி விரிந்து கிடந்தது. கழுகுகள் வட்டமிட்டுப் பறந்தன. பட்டங்கள் எட்டிப் பார்த்தன. அந்த மொட்டை மாடி மழையில் நனைந்ததும் உண்டு. வெயிலில் பொரிந்ததும் உண்டு. அவன் பார்த்துக் கொண்டிருந்த போதே அவளிடமிருந்து இலைகள் துளிர்த்தன. அவன் தொடும் போது கொடிகள் நீண்டன. அவன் புணரும் போது சிறிய மொட்டுகள் அவளிடம் அரும்பி விரிந்தன, அவள் பூத்துப் பொலிந்தாள்.

இரண்டாம் வரவாகக் கிறிஸ்டி வந்து விட்டுப் போன பிறகு ராதிகா முன்பு நடந்ததனைத்தையும் நினைவு கூர்ந்தாள். தன் உடலின் உயிரணுக்களில் அவனுடைய வேர்கள் மிச்சமிருப்பதை அவள் கண்டறிந்தாள். வேர்கள் நீருக்காகத் தாகம் கொண்டிருந்தன. ராதிகா அச்சமுற்றவளாய் அவற்றின் மீது வறண்ட மண்ணை வாரிப் போட்டாள். ஆனால் மண்ணின் அடியிலிருந்து கிறிஸ்டி மீண்டும் உயிர்த்தெழுந்து வந்தான். ஒரு நாள் மதியம் நீதிமன்றப் பணி முடிந்து புதிய சில

கட்சிக்காரர்களோடு பேசிக் கொண்டிருந்தபோது, வெளியே அந்தக் கருப்புக் குடையின் முனை தெரிந்தது. ராதிகா ஆர்வம் மிக்கவளாய்ப் பார்த்தாள். கிறிஸ்டி தான். சலவை செய்யப்படாத வேட்டி, சட்டை. ஒரு களைத்த முகத்தோற்றம்.

ராதிகா கட்சிக்காரர்களை விரைவாகப் பேசி அனுப்பினாள். கிறிஸ்டி அடக்கமாக உள்ளே வந்தான். உட்காரும்படி சொன்னதும் அமர்ந்தான்.

"எனக்கு ஒரு உதவி வேண்டும்..."

"சொல்..."

"பசிக்கிறது."

பக்கத்திலிருந்த ஓட்டலில் உணவு முடிந்து போயிருந்தது. சப்பாத்தியும் காய்கறிக் கூட்டும் வாங்கப்பட்டது. ஒற்றை இருப்பில் கிறிஸ்டி பன்னிரண்டு சப்பாத்தி சாப்பிட்டான். இடையிடையே அவளிடம், மன்னிப்புக் கேட்பது போல் பார்த்தான். அதைப் பார்க்காதது போல ராதிகா அருகில் அமர்ந்திருந்தாள்.

கிறிஸ்டி வயதாகி விட்டவன் போல் தோன்றினான். நீண்டு சுருள் சுருளாக இருந்த தலைமுடி உதிர்ந்து போயிருந்தது. வழுக்கை ஆரம்பமாகியிருந்தது. கண்கள் பாதியளவு மூடியிருந்தன.. மிகவும் பருத்திருந்தான். பார்வை தடுமாற்றமுற்றிருந்தது. பத்தாவது சப்பாத்தி சாப்பிடும் போது கிறிஸ்டி பேசத் தொடங்கினான்.

"அதைக் கேட்க மறந்து விட்டேன், நீ எப்போதிருந்து பெயரை மாற்றிக் கொண்டாய்?"

"பழைய பெயரே தான்."

"அன்றைக்கு உன் பெயர் ராதிகா அஜித் என்றா இருந்தது?"

"அஜித் என் கணவர்..."

“கணவரா?”

கிறிஸ்டி திடுக்கிட்டான். அது குறித்து ஆழமாக யோசிக்கலானான். சப்பாத்தியை மிகக் கவனமாகப் பிய்த்தான்.

“ஓ.... அதை நான் மறந்துவிட்டேன் இதற்கிடையே உனக்குக் கல்யாணமும் முடிந்து விட்டது இல்லையா?”

கிறிஸ்டி மெல்லச் சிரித்தான்.

“அவருக்கு என்ன வேலை?”

“ஒரு தனியார் சீட்டுக் கம்பெனியில்...”

“உன்னிடம் அன்புடையவரா?”

“தெரியாது.”

கிறிஸ்டி அவளை இரக்கத்தோடு பார்த்தான்.

“அன்பு இல்லாவிட்டாலும் ஆச்சரியப்படுவதற்கில்லை. உன்னிடம் அன்பு பாராட்டுவது அத்தனை சுலபமல்ல...”

“இதைச் சொல்லவா நீ இங்கு வந்தாய்?”

கிறிஸ்டி சிரித்தான். மேலும் இரண்டு சப்பாத்திகளுக்கு ஆர்டர் கொடுத்தான்.

“இல்லை உண்மையில் நான் வந்தது வேறொரு விஷயம் பற்றிக் கேட்பதற்காகத் தான்.”

அதற்குள் சப்பாத்திகள் வந்தன. ஒன்றைச் சாப்பிட்டு முடிக்கும் வரை அவன் அமைதியாக இருந்தான். பிறகு தேநீரை எடுத்துக் குடித்தான்.

“உன் வீட்டுக்கு வந்து திரும்பிப் போனது முதல் நான் யோசனை செய்து கொண்டிருக்கிறேன். நினைவில் ஒரு பிடிப்பும கிடைக்கவில்லை. ‘ஷாக்’ மருத்துவத்தினால் வரும் குழப்பம்... சில விஷயங்கள் மறந்து போகிறது.”

கிறிஸ்டி களங்கமின்றிச் சிரித்தான்.

"உன் சரியான பெயர்... ராதிகா என்பது தானோ? அல்லது ராதி என்றே இருந்து வந்ததா? உன் தலைப்பெழுத்து என்ன?"

ராதிகா அவனை உற்றுப் பார்த்தாள். அவள் பதில் ஒன்றும் சொல்லவில்லை. கிறிஸ்டி அடுத்த சப்பாத்தியைப் பிய்த்தான்.

"நான் வந்தது வேறொரு விஷயம் கேட்பதற்காகவும் கூட."

ராதிகா அடுத்த தாக்குதலுக்குக் காத்திருந்தாள்.

"இந்தப் பைங்குளம் பார்வதி வீடு சரியாக எந்த இடத்தில் இருக்கிறது?"

ராதிகா நடுங்கிப் போனாள்.

"அது ஒன்றுமில்லை நான் இப்போது அடிக்கடி பைங்குளம் போகிறேனில்லையா? தெரிந்து வைத்துக் கொள்ளலாமே..."

ராதிகா கைக்கடிகாரத்தைப் பார்த்தாள். எழுந்து நின்றாள்.

"கட்சிக்காரர் வரவிருக்கிறார்கள்..."

"வரட்டுமே..."

கிறிஸ்டி கையைக் கழுவித் தன் குடையில் கையைத் துடைத்துக் கொண்டான். திரும்பி வந்த போது ராதிகா பில்லைக் கொடுத்திருந்தாள்.

"வீட்டுக்குத் தானே?"

பிரியப் போகும் நேரத்தில் அவள் நலம் விசாரித்தாள். கிறிஸ்டி ஏதோ வேடிக்கைப் பேச்சுக் கேட்டது போல் அவளைப் பார்த்தான்.

“வீடா? நீயில்லாமல் எனக்கு வீடா?”

அது ஒரு தாக்குதலாக இருந்தது. ராதிகா திகைத்துப் போனாள்.

“நான் நமது பழைய தங்கும் விடுதிக்குப் போகிறேன். அது இடிந்து கிடக்கிறது அதிகமாக யாரும் அங்கு இல்லை. ஆனால் ஐந்தாம் தளத்திலுள்ள அறை இப்போதும் என்னிடம் இருக்கிறது. அந்த அறையில் நீயும் இருக்கிறாய். இப்படி மூடிப் பொதிந்த மாதிரி இல்லை. உடை ஏதும் இல்லாமல்..”

“கிறிஸ்டீ...”

ஓசை அதிகம் எழுப்பாமலே ராதிகா கத்தினாள்.

“சில வேளைகளில் நான் மேலே மொட்டை மாடியில் போய்ப் படுத்துக் கொள்வேன். இப்போது பழைய மாதிரி இல்லை சுற்றிலும் நிறையக் கட்டடங்கள் வந்து விட்டன, ஆகாயத்துக்கு மதில் கட்டியது போல ஆனாலும் மொட்டை மாடியில் வெறும் தரையில் படுத்திருக்கலாம். மல்லாந்து கிடந்து பார்க்கும் போது ஆகாயம் தெரியும். பருந்துகளைப் பார்க்கலாம். நீயும் நானும் ஒன்றாகப் பார்த்த ஆகாயம். நம்மை நிர்வாணமாய்க் கண்ட பருந்துகள்...”

“போதும்...”

ராதிகா சினம் கொண்டாள். அலுவலகத்துக்குத் திரும்பிய பிறகும் ராதிகாவின் கை நடுக்கம் தீரவில்லை. அப்போது கிறிஸ்டி மறுபடியும் வந்தான்.

“இன்னொரு காரியம் கூடச் சொல்ல வேண்டி யிருக்கிறது...”

“வேண்டாம்...”

ராதிகா நீண்ட காலத்துக்குப் பிறகு குரலை உயர்த்திக் கொண்டாள்.

“வேறொன்றுமில்லை... இது ஒரு வழக்கு விஷயம் நான் ஒரு வழக்குத் தொடுக்க வேண்டும்...”

“என்னால் முடியாது... வேறு யாராவது ஒரு வக்கீலைப் பார்...”

கிறிஸ்டி பதில் ஏதும் பேசவில்லை, அப்படியே நின்று கொண்டிருந்தான். வெளியே போ என்று சொல்ல ராதிகா கண்களை உயர்த்திய போது தொண்டை வறண்டு போனது. அவளுடைய வலிமை வற்றி வடிந்து போனது. ராதிகா கிறிஸ்டியின் முகத்தைப் பார்த்தபடி தளர்ந்து போயிருந்தாள்.

“எனக்கு உன்னை விட்டால் வேறு யாருமில்லை...”

கிறிஸ்டி மன்னிப்புக் கேட்கிற குரலில் கூறினான்.

“கிறிஸ்டீ, ப்ளீஸ், எனக்கு உடம்பு சரியில்லை...”

அவன் அவளை அன்போடு பார்த்தான். பின்னர் தலை குனிந்த படி வெளியேறினான். குடையை ஊன்றியபடி சாவகாசமாக நடந்து சென்றான்.

ராதிகா பையை எடுத்துக் கொண்டு வீட்டுக்கு விரைந்தாள். கட்சிக்காரர்களில் யாரோ ஒருவன் பின்னாலிருந்து கூப்பிட்டான். அவள் நிற்கவில்லை ஆட்டோவில் ஏறி வீட்டை அடைந்தாள். வாசற்படிகளில் ஓடி ஏறித் திண்ணையில் விழுந்த போது தூரத்தில் எங்கேயோ மரம் வெட்டும் ஓசை கேட்டது. வயல் வெளிகளில் மரம் எதுவும் இல்லை. இல்லாத மரங்களை யார் வெட்டுவது? அவள் அச்சத்தோடு தேடினாள். மெல்ல அவளுக்குப் புலனாயிற்று. மரம் வெட்டும் ஓசையல்ல... இதயத்தின் துடிப்பு அது.

அந்த மரத்தையும் மறந்தேன் மறந்தேன் நான் | 51

3

இரண்டு மூன்று நாட்களாக ராதிகா நீதிமன்றம் போகவில்லை. விட்டுப் போயிருந்த தலைவலி மீண்டும் வந்தது. ஒருவாறு அஜித்துக்கு சிற்றுண்டி தயாரித்துக் கொடுத்து அலுவலகத்துக்கு அனுப்பி வைத்த பிறகு அவள் கதவைச் சாத்தி, ஜன்னல்களைத் தாழிட்டு, படுக்கையறையை இருட்டாக்கித் தலையணையில் முகம் புதைத்துக் கவிழ்ந்து கிடந்தாள். அலுவலகத்திலிருந்து களைத்துத் திரும்பியதும் அஜித் அவளுடைய வீங்கிக் கிடந்த முகத்தைக் கண்டு எரிச்சலுற்றான். டாக்டரைப் பார்க்கச் சொல்லி வற்புறுத்தியதும் அதை அவள் மறுத்ததும் முடிவில் சண்டையில் முடிந்ததும் நிகழ்ந்தது. இரவுச் சாப்பாடு தயாரித்துப் பரிமாறிய பிறகு அவள் மீண்டும் போய்ப் படுத்துக் கொண்டாள். அஜித் ஒவ்வொரு அறையாக நுழைந்து பொறுமை இழந்தவனாய் நடந்து அவளை வசைபாடிக் கொண்டிருந்தான். போதும் போதுமென்கிற நிலை வந்த போது அவன் பேசுவதை நிறுத்திக் கொண்டான். வீட்டுத் திண்ணையில் சற்று நேரம் தனியாக உட்கார்ந்திருந்தான். முடிவில் பொறுமையிழந்தவனாய் அவள் பக்கம் சென்றான்.

“எழுந்திருந்து வா. நமக்கு ஒன்றும் அவ்வளவு வயதாகிவிடவில்லை. இன்றும் குழந்தைகள் பிறக்கும் வாய்ப்பு இருக்கிறது...”

"எனக்குக் குழந்தைகள் வேண்டாம்..." என்றாள் ராதிகா.

"அப்படிச் சொல்லாதே ராதீ..."

அவள் இன்னும் சற்றுத் திரும்பிக் கவிழ்ந்து படுத்துக் கொண்டாள். முகத்தை மறைத்துக் கொண்டாள்.

"அஜித், நீ வேறொரு பெண்ணைக் கட்டிக்கொள் குழந்தைகள் பிறக்கும்..."

அவன் முகம் ஒளியிழந்தது.

"என் உணர்ச்சியைக் கெடுத்து விடாதே ராதீ..."

அப்போது அவளுக்குக் குற்ற உணர்ச்சி உண்டானது. அவன் முகம் வாடிப் போயிருந்தது. அவள் எழுந்திருந்தாள். அவனை வற்புறுத்தி உணவு சாப்பிட வைத்தாள். அவனுக்குப் படுக்கை விரித்துக் கொடுத்தாள். போர்வையை நன்றாக உதறி அவனுக்குப் போர்த்தினாள். மின் விசிறியை சரியான அளவில் சுழலச் செய்தாள். அவனுக்கு அருகில் அவனைத் தொடாமல் படுத்துக் கொண்டாள். அப்படியே அந்தப் படுக்கையில் அவன் உறங்கிப் போனான்.

அஜித் ஒரு பாவப்பட்ட மனிதன். ஏழைக் குடும்பத்தில் பிறந்தான். அப்பாவும் அம்மாவும் கலப்பு மணம் செய்து கொண்டவர்கள். அப்பா ஒரு தலித், அம்மா உயர்ந்த சாதி. அப்பா ஒரு விபத்தில் இறந்து போனார். அம்மா அஜித்தை அழைத்துக் கொண்டு தன் சொந்தக் குடும்பத்துக்கே திரும்பிப் போனார். பிறகு அவர் தன் முறைப் பையனைத் திருமணம் செய்து கொண்டார். அம்மாவுக்கு வேறு குழந்தைகள் பிறந்தார்கள். அவர்களுக்கிடையில் அஜித் தாழ்த்தப்பட்டவனாய் வாழ்ந்தான். அவனை யாரும் மதிக்கவில்லை. அதனால் அவனும் யாரையும் மதிக்கவில்லை. அன்பு செலுத்த அவன் அஞ்சினான். நண்பர்கள் இல்லை, காதலிகள்

இல்லை, நம்பிக்கைக்குரியவர் இல்லை. தன்னைச் சுற்றி அவன் ஒரு மதிலைக் கட்டிக் கொண்டான். எல்லா இடத்துக்கும் அந்த மதிலோடேயே அவன் பயணம் செய்தான். அவனை யாரும் கவனிக்கவில்லை. அவனும் யாரையும் கவனிக்கவில்லை. மற்றவர்கள் எல்லாரையும் அவன் குற்றம் கூறினான். பிறர் அனைவரையும் அவன் வெறுத்தான்.

தம்பி கொண்டு வந்த திருமண ஆலோசனை. தம்பியும் பாவப்பட்ட ஒருவன். ராதிகா எல்.எல்.பி. தேர்ச்சி பெற்று வக்கீல் தொழில் பயிற்சி தொடங்கிய வருடம் அவன் ப்ரீடிகிரி தேர்ச்சி பெற்று வணிகக் கப்பல் ஒன்றில் வேலைக்குச் சேர்ந்தான். கடலில் இருந்து அவன் கடிதங்கள் எழுதினான். கை நிறையப் பணமும் அனுப்பினான். ராதிகாவை நினைத்து அவன் எப்போதும் வருத்தம் கொண்டிருந்தான். அவன்தான் ஏதோ ஒரு பத்திரிகையில் அஜித்தின் திருமண விளம்பரத்தைப் பார்த்தான். அவன்தான் கடிதம் எழுதினான். அஜித் அவளைக் காண்பதற்காக நீதிமன்றத்துக்கு வந்தான். ராதிகா கறாராக அவனை வரவேற்றாள்.

"எனக்கு இது இரண்டாவது கல்யாணம்..." எந்த முகவுரையும் இல்லாமல் நேருக்கு நேராக அவள் சொன்னாள்.

அஜித் கொஞ்சம் திடுக்கிட்டான்.

"அது கடிதத்தில் சொல்லப்படவில்லையே..."

"என் தம்பிதான் கடிதம் அனுப்பினான். நான் கலியாணம் செய்து கொண்ட விவரம் அவனுக்குத் தெரியாது. அவன் கடிதம் எழுதிய விவரம் எனக்கும் தெரியாது."

"இரண்டாம் கலியாணம் என்றால்...?"

"மூன்று வருடம் ஒன்றாக வாழ்ந்தோம். கணவன் மனைவியாக இருந்தோம்..."

"அப்புறம் அந்த ஆள் இப்போது எங்கே?"

"அதிகமாக இதற்கு மேல் கேட்க வேண்டாம்..."

ராதிகா அந்த உரையாடலை முடித்து வைத்தாள்.

மீண்டும் அவனுடைய திருமண விளம்பரங்களைப் பத்திரிகைகளில் காண முடிந்தது. ராதிகா எல்.எல்.எம். தேர்ச்சியடைந்தாள். எம்.ஏ. வகுப்பில் சேர்ந்தாள். எதிர்பாராமல் ஒரு நாள் அவனை மீண்டும் கண்டாள். அவன் பதற்றத்தோடு சிரித்தான். அவன் அலுவலகத்திலோ என்னவோ ஒரு வழக்கு அதற்காக வக்கீலைப் பார்க்க வந்திருந்தான். யார் பொருத்தமான வக்கீல்? தனக்குப் பழக்கமான ஒரு வக்கீலை ராதிகா அறிமுகம் செய்து வைத்தாள். வக்கீலைக் கண்டு வழக்கு விவரங்களைப் பேசி முடித்த பிறகு அவன் மீண்டும் வந்தான்.

"அன்று முதல் நான் யோசித்துக் கொண்டே இருக்கிறேன்.."

"அது அன்றைக்கே வேண்டாமென்று முடிவு செய்து விட்டது தானே?"

"நான் வேண்டாமென்று முடிவு செய்யவில்லை. ராதிகாவுக்குத் தடையில்லையென்றால் நாம் அதை யோசிக்கலாம்..."

"தடையில்லை... ஆனால்... தயக்கமிருக்கிறது..."

"அதை மாற்றிக் கொள்ளக் கூடாதா?"

“என் குடும்பப் பின்புலத்தை நன்றாகப் புரிந்து கொண்டீர்களா?”

“நீ சம்மதித்தால் போதும்.. யோசித்துப் பார்...”

ராதிகா யோசித்தாள். முளைப்பதற்கு விதையும் தளிர்ப்பதற்கு மரமும் விரும்பிக் கொண்டிருக்கலாம். விசித்திரம் தான். திருமணம் நடந்தது. மலை மேலிருக்கிற கோவிலில் துளசி மாலைகள் அணிந்து கொண்டார்கள். மோதிரம் மாற்றிக் கொண்டார்கள். தாலி கட்டினார்கள். பாலும் பழமும் சாப்பிட்டார்கள். ஆனால், “கஷ்டம் பார்த்துத்தான் ஒரு வாழ்க்கையை அமைத்துக் கொள்ளலாமே என்று கருதினேன். இல்லையென்றால் நான் உன்னைத் திருமணம் செய்திருக்க மாட்டேன்” என்று முதலிரவில் அஜித் சொன்ன போது அவள் கால்களின் கீழ் மண் நழுவியது போலிருந்தது.

“அப்படி ஒரு தருமம் அவசியமாக இருக்கவில்லை” என்றாள் அவள். என்றாலும் அவன் அவளை நேசித்தான். அப்படி ஒரு தீவிரமான நேசம். நிழலும் பழமும் வேண்டும். வேர்களும் கிளைகளும் வேண்டாமென்பதாக இருந்தது. காதல் அவளுடைய ஆடைகளைக் களைந்த போது முதல் கல்யாணம் எப்படியிருந்தது என்று கேட்டான். அவளுக்குள் பிரவேசித்த போது இது உனக்கு முதல் இரவு இல்லையே என்று குத்திக் காட்டினான். தனிமையில் உட்கார்ந்திருந்தால், இன்னும் நினைத்து முடிக்கவில்லையா என்று குறை கூறினான்.

ஒவ்வொரு கிளையாய் வெட்டியெறிந்து முடிவில் தாய் மரத்தை வெட்டுவது போலிருந்தது அந்த நடத்தை. ஒவ்வொரு கேள்வியிலும் அவளுக்கு ஒவ்வொரு வெட்டுக்காயம் ஏற்பட்டது. துளிர்த்து வர ஆசைப்படும் ஒவ்வொரு வேருக்கும் தண்ணீரையும் உரத்தையும்

அவன் மறுக்கலானான். அப்படியே அதனைத் தனதாக்கினான். வாய்ப்பு வரும்போதெல்லாம் அடிமரத்தில் ஓங்கி வெட்டினான். கோடரி தான் மரத்தின் பிரச்சனையென்று நம்பினான். ஒரு போதும் அவன் முத்தமிடவில்லை. ஒரு போதும் அவன் கொஞ்சவில்லை. ஒரு அழகான சொல்லையும் சொல்லவில்லை. முரட்டுத்தனமாக ஆடையை அவிழ்த்தான். கொடூரமாக அவளைக் கையாண்டான். கிறிஸ்டியின் இரண்டாம் வரவின் போது இவையெல்லாம் கல்லறையிலிருந்து வெளியே குதித்தன. ஆறிப்போன காயங்களை அவன் குத்தித் திறந்தான். மரத் துண்டுகளை அள்ளி எடுத்தான். காதல் கசிந்த மரத்துக்குள்ளிருந்து துயரங்கள் கறையானைப் போல் நான்கு புறத்திலும் பாய்ந்தன.

தலைவலியை தணித்துக் கொள்ளலாம் - நீதி மன்றத்துக்குப் போகலாம் என்று நினைத்த அன்று கிறிஸ்டி மீண்டும் வந்தான். அதிகாலை நான்கு மணிக்கு ராதிகா நல்ல தூக்கத்திலிருந்தாள். படுக்கையறையின் ஜன்னலுக்கு வெளியே இருந்து ராதீ... ராதீ... என்ற அழைப்புக் கேட்டது. ராதிகா அஞ்சினாள். குரலை அடையாளம் கண்டு கொண்டதும் ராதிகா திமிறி எழுந்தாள் கதவைத் திறந்தாள்.

“என்ன இந்த நேரத்தில்?” அவள் திகைப்புடன் கேட்டாள்.

“மிக முக்கியமான ஒரு காரியம்...”

“என்ன அது? உள்ளே வா...”

“இல்லை நான் உள்ளே வரவில்லை, இதைக் கொடுக்கத் தான் வந்தேன்...”

அவன் ஒரு பொதியை நீட்டினான்.

"என்ன இது?"

"என்னுடைய புத்தம் புதிய புத்தகங்கள்..."

கிறிஸ்டி மிக எளியவன் போல் காட்டிக் கொண்டான்.

"இரண்டு புத்தகங்கள் உள்ளன, முதல் பிரதியை உனக்குத் தருவதற்காகக் கொண்டு வந்தேன்..."

ராதிகா வந்த கொட்டாவியை அடக்கிக் கொண்டாள். உறக்கச் சடவுள்ள கண்களை வலிந்து திறந்து பார்த்தாள்.

இரண்டு புத்தகங்கள்... இரண்டும் கனமானவை.

கிறிஸ்டி ஐசக்கின் தேர்ந்தெடுத்த கதைகள். கிறிஸ்டி ஐசக்கின் இருபத்தைந்து நாவல்கள்.

"கிறிஸ்டி, நீ எப்போது கதைகள் எழுதத் தொடங்கினாய்?"

"மனிதனின் பாடுகள் இல்லையா? வாழும் வழி கிடைக்காமல் போகும் போது யாராக இருந்தாலும் கதை எழுதுவார்கள்..."

ராதிகா புத்தகங்களைக் கையில் எடுத்தாள்.

"நேரம் கிடைக்கும்போது கொஞ்சம் படித்துப் பார்க்கணும்..."

"எனக்குக் கதை படிக்கிற அளவு மனதில் ஈடுபாடு இல்லை..."

"ஆனால் கதைகளெல்லாம் அருமையானவை. படித்துப் பார்த்தால் தெரியும். வேண்டுமென்றால் அதைப் பற்றிய சான்றிதழ்களைக் காட்டுகிறேன்."

"வேண்டாம்..."

கிறிஸ்டி விடைபெற்றுப் போனான். ராதிகா வாசலில் புத்தகங்களைப் பார்த்தபடி நின்று கொண்டிருந்தாள். குடையைக் கைத்தடியாக ஊன்றி வயதைத் தாண்டிய

களைப்போடும் சோர்வோடும் வாசற்படிகளில் இறங்கிப் போகும் உருவம் இருட்டில் மறைந்தது. வயல் வெளிகளிலிருந்து விடியல் நான்கு மணியின் இளம் வெப்பமுள்ள காற்று வீசியது. ராதிகா கண்ணைக் கசக்கியபடி நாற்காலியில் உட்கார்ந்திருந்தாள். புத்தகத் தலைப்புகளை வாசிக்க முயன்றாள்.

கிறிஸ்டி ஐசக்கின் தேர்ந்தெடுத்த கதைகள் வெளி அட்டையில் ராதாவும் கண்ணனும். அவள் அதையே கொஞ்ச நேரம் பார்த்துக் கொண்டிருந்தாள். பின் அட்டையில் கிறிஸ்டியின் படம், கதாசிரியரைப் பற்றி ஒரு குறிப்பு.

"பன்முக ஆற்றல் கொண்ட கிறிஸ்டி ஐசக்கின் தேர்ந்தெடுத்த கதைகள் வெளிவந்துள்ளன. குறைந்த விலையில் உலகத் தரமுள்ள பதினெட்டுக் கதைகள்."

ராதிகா முதல் பக்கத்திலிருந்து புரட்டலானாள்.

சமர்ப்பணம்

என் ராதிகாவுக்கு
எங்கள் காதலுக்கு
எங்கள் திருமண நாளுக்கு

ராதிகாவின் கையிலிருந்து புத்தகம் நழுவி விழுந்தது. இதயம் துடிக்க அடுத்த புத்தகத்தைக் கையில் எடுத்தாள்.

கிறிஸ்டி ஐசக்கின் இருபத்தைந்து நாவல்கள்.

"கிறிஸ்டி ஐசக்கின் தேர்ந்தெடுத்த கதைகளைத் தொடர்ந்து ஒன்பது நூல் வெளியீட்டாளர்கள் வலியுறுத்தி வேண்டிக் கொண்ட மலையாளத்தின் முதல் நாவல் தொகுதி. எழுத்தைப் படிக்கத் தெரிந்த யாரும் படித்து மகிழத்தக்க நூல்."

ராதிகா பக்கங்களை திருப்பினாள்.

சமர்ப்பணம்

*ராதிகாவின் கருவில் முளைத்த
என் மகன்
இரண்டாம் அரிஸ்டாட்டில் கிறிஸ்டிக்கு*

ராதிகாவுக்குக் கண்ணில் இருட்டுக் குடியேறியது. அவளுக்கு நினைவு தடுமாறியது. நினைவு திரும்பியதும் அவள் புத்தகங்களைத் தூக்கி எறிந்தாள். படுக்கையறைக்கு ஓடினாள். அங்கே அஜித் தூங்கிக் கொண்டிருப்பதைக் கண்டதும் சமையலறைக்குள் பாய்ந்தாள். சுவரில் தலையை மோதிக் கொண்டாள். நெற்றியில் காயம் ஏற்பட்டது. வலியேற்பட்டதும் ஆறுதல் தோன்றியது. உணர்ச்சிக் கொந்தளிப்பு அடங்கியதும் ராதிகா புத்தகங்களை மீண்டும் எடுத்தாள். உப்புத் தண்ணீரில் போடப்பட்ட மரத்தின் வாசனையுள்ள சமையல் கட்டில் அவள் வெறும் தரையில் சுவரில் சாய்ந்து உட்கார்ந்தாள். புத்தகங்களை அவள் நெஞ்சில் சேர்த்தாள். காதல் ஒரு விசித்திரமான மரம் தான். இலை உதிர்ந்தாலும், கிளை விழுந்தாலும், காய் விழுந்தாலும் அது முளைக்கும் அதன் பட்டைகள் உலர்ந்து உதிரலாம். ஆனால் அதன் அடி மரம் வாழும் "எங்கள் காதல்... எங்கள் காதல்... எங்கள் திருமண நாள்... எங்கள் மகன்..." என்று ராதிகா முணுமுணுத்தாள். திருமணத்துக்கு முன்பே காதல் பூத்துக் கொண்டது. அவன் அவள் வயிற்றில் முளைவிட்டான். அவன் கருவான நாள் ராதிகாவுக்கு நினைவில் இருந்தது. ஏப்ரல் மாதத்தில் ஒரு நாள் கிறிஸ்டி காய்ச்சலில் படுத்திருந்தான். ராதிகா சுக்குக் காப்பியையும் எடுத்துக் கொண்டு அவன் விடுதிக்கு வந்தாள். கிறிஸ்டி போர்வையைப் போர்த்திக் கொண்டு படுத்திருந்த போது அவள் அவனுக்காக சிவில் நடவடிக்கைச் சட்டப் பாடத்தை வாசித்துக்

காட்டினாள். அவன் அவளை உற்றுப் பார்த்தபடி படுத்துக் கிடந்தான்.

"நீ என் வாழ்க்கையில் எத்தனையாவது பெண்?" திடீரென அவன் கேட்டான்.

ராதிகாவின் முகம் மங்கியது.

"எனக்குத் தெரியாது..."

"எனக்கும் தெரியாது... அஞ்சு வருடம்.. அஞ்சு வருடம்... நான்..."

"போதும்."

ராதிகா கோபம் கொண்டாள்.

"ஏன் நீ வேசிகளைத் தேடினாய்?"

கிறிஸ்டி போர்வையால் உடலை மூடியபடி எழுந்து வந்தான்.

"ஏனோ அப்படித் தோன்றியது. சில பெண்களோடு படுத்துக் கிடந்தேன் ஒரு ரசனைக்காக... ஏராளமான பணத்தைத் தொலைத்தேன்..."

ராதிகா பொறாமைப்பட்டாள். அப்போது கிறிஸ்டி அவளைக் கைகளில் அள்ளினான்.

"இப்போது தோன்றுகிறது. நான் உன்னைத் தேடிக் கொண்டிருந்ததாக, கடைசியில் உன்னைக் கண்டு கொண்டேன்."

ராதிகா அவனுடைய கைகளில் கிடந்து பூத்துப் பொலிந்தாள். அவன் அவளைத் தூக்கிக் கொண்டு மொட்டை மாடிக்குப் போனான். ஒரு பூங்கொத்துப் போல ராதிகா கனமில்லாமல் இருந்தாள். மாடியில் அவன் அவளைத் தரையில் கிடத்தினான். ராதிகா தன்னை மறந்தாள்.

அந்த மரத்தையும் மறந்தேன் மறந்தேன் நான் | 61

"கிறிஸ்டி, ஆபத்தாகி விடும்."

"என்ன ஆபத்து?"

"நீ அப்பாவாகி விடுவாய்..."

"ஆகட்டுமே."

கிறிஸ்டி, ராதிகாவை மென்மையாய் முத்தமிட்டான்.

"நான் அப்பா ஆகிறேன்... எனக்கு மகன் பிறக்கட்டும் அரிஸ்டாட்டிலைப் போல ஒருவன்... உலகின் ஞான தீபம்..."

"அரிஸ்டாட்டில் ஐசக் கிறிஸ்டி..."

"இல்லை இரண்டாம் அரிஸ்டாட்டில் கிறிஸ்டி..."

ராதிகா ஒரு கொடியானாள். அவளிடம் வளைந்த தளிர்க் கரங்கள் நீண்டன. கொடிகளில் கிறிஸ்டி அகப்பட்டுக் கொண்டான். கோயில் முற்றத்தின் ஆலும் மாவும் போல அவர்கள் ஒருமித்து ஒன்றானார்கள். காதல் ஒரு விசித்திரத் தாவரம் தான். இலைகளில் விழிப்பு. வேர்களில் கொண்டாட்டம். அந்த நேரத்தில் அவன் அவள் வயிற்றில் முளைத்தான். ஓரிரு மாதங்களுக்குப் பின் அதை அறிந்து கொண்டதும் ராதிகா ஆனந்தம் கொண்டாள். ஆனால் செய்தி அறிந்த போது கிறிஸ்டியின் முகம் மாறியது.

"வேண்டாமாக இருந்தது" என்றான் கிறிஸ்டி.

ராதிகாவின் கண்களில் நீர் ததும்பியது.

"நீ தானே சொன்னாய் தந்தையாக வேண்டுமென்று? என் மகனுக்கு அரிஸ்டாட்டில் என்று பெயர் வைக்கப் போகிறேன் என்றாயே?"

"அது அப்பொழுது சொன்னது..."

கிறிஸ்டிக்குக் கோபம் வந்தது. அவன் பொறுமை யிழந்தவனாய் அறையில் அங்கும் இங்கும் நடந்தான். ராதிகாவால் நம்ப முடியவில்லை. அது வேறொரு கிறிஸ்டி போலிருந்தது. அவள் சங்கடத்தோடு புத்தகங்களை எடுத்தாள். அவனிடம் விடை பெறாமலே அறையை விட்டுப் புறப்பட்டாள். அடுத்து வந்த இரண்டு நாட்களிலும் கல்லூரிக்குப் போகவில்லை. மூன்றாம் நாள் கிறிஸ்டி வந்தான்.

"ஏன் நீ என்னைப் புரிந்து கொள்ளவில்லை?"

"புரியாததால் தான்..."

"ராதீ, நான் கண்ணன்..."

"அப்படியென்றால்?"

"என்னால் காதலிக்கத் தான் முடியும்..."

அவன் பொறுமையிழந்தான்.

"கட்டுப்பாடுகள் எனக்கு ஆகாது. திருமணம், குழந்தைகள். எனக்கு பயமாக இருக்கிறது. நாம் சுதந்திரமாகக் காதலிக்கலாம்... மரணம் வரை..."

ராதிகா உற்றுப் பார்த்தாள்.

"நமக்கு நாமே போதும். குழந்தைகள் வேண்டாம்..."

"உனக்கு வேண்டாமென்றால் விடு. எனக்கு வேண்டும்..." என்றாள் ராதிகா.

கிறிஸ்டி சினத்தோடு பார்த்தான்.

"விளையாட்டு அல்ல. எனக்குக் குழந்தைகள் வேண்டாம்..."

"எனக்கு வேணும்..."

"எதற்கு? குழந்தைகள் எதற்கு? மரம் வெட்டும் பேர்வழிகளுக்குக் கொடுத்து விடவா?"

"கிறிஸ்டி, உனக்குப் பைத்தியமா?"

கிறிஸ்டி அவளை உற்றுப் பார்த்தான்.

"அப்படியா? நீயே சொல்..."

ராதிகா மரத்துப் போயிருந்தாள்.

"இந்தியாவில் நூறு கோடி மக்கள் ராதீ... இன்னும் ஒரு குழந்தையையும் கொடுத்து நாட்டுக்குச் சுமையாக்க வேண்டாம்..."

ராதிகா அவனைக் கோபத்தோடு நோக்கினாள். வாய்க்கு வந்த வார்த்தைகளையெல்லாம் கொட்டினாள். "நீ ஒரு துஷ்டன். இது என் வாழ்க்கையில் கிடைத்த மிகப் பெரிய சொத்து. என் குழந்தை. உன் குழந்தை. உன்னுடையதும் என்னுடையதுமான ஆனந்தத்தின் நினைவுக் குறிப்பு. நான் சம்மதிக்க மாட்டேன் கொல்ல விட மாட்டேன்..."

கிறிஸ்டி கொடூரமாய் மாறினான்.

"முடியாது இந்த உலகத்தில் போதுமான அளவு பைத்தியங்கள் உண்டு."

"கிறிஸ்டி, என் குழந்தையைப் பற்றி அவசியமில்லாமல் பேசாதே."

"வேண்டாம் இன்னொரு வேசியைப் பெற்றெடுக்க வேண்டாம்."

ராதிகா கைகளை வீசி கிறிஸ்டியின் கன்னத்தில் அறைந்தாள். பிறகு உள்ளே சென்று கதவைச் சாத்திக் கொண்டு அழத் தொடங்கினாள்.

அப்பாவின் மரணத்துக்கு முன் நடந்தது அது. வீட்டில் அப்பாவும் அழுதார். சங்கிலிக்குள் புரண்டும் உருண்டும் கிடந்தார். பார்வதி என்று கூப்பிட்டார். சங்கிலி குலுங்கும் ஓசை கேட்டபோது ராதிகாவுக்குப் பித்துக் கிளம்பியது.

மீண்டும் மீண்டும் கிறிஸ்டி இதையே சொல்லிக் கொண்டு வந்தான். ராதிகா மறுத்தாள். கிறிஸ்டி வேறொருவனாய் மாறினான். அவளைத் தாக்கினான் கொல்லப் போவதாய் அச்சுறுத்தினான். அதற்குள் தேர்வு நாட்கள் நெருங்கின பிடிவாதத்தோடு ராதிகா தேர்வு எழுதினாள். கிறிஸ்டி தேர்வு எழுதவில்லை. கல்லூரிக்கு வரவும் இல்லை. சில நாட்களுக்குப் பின் திடீரென ஒரு நாள் கிறிஸ்டி அவளுடைய வீட்டுக்கு வந்தான்.

"ராதீ, வா..."

"எங்கே போக?"

"நீ ஒரு முறைகேடான உறவில் ஒரு குழந்தையைப் பெற்றெடுக்க வேண்டாம், நாம் கல்யாணம் செய்து கொள்ளலாம்..."

கிறிஸ்டியின் முகம் இருண்டிருந்தது.

"என் விருப்பத்தால் அல்ல உன் பிடிவாதம் நடக்கட்டும்..."

"கல்யாணம் எங்கே? எப்போது?"

"கய்ப்பமங்கலம் தேவாலயத்தில். என் பாட்டியை அடக்கம் செய்த இடம். தாலி கட்டிய பிறகு பாட்டியின் ஆசீர்வாதத்தை வாங்கிக் கொள்ளலாம்."

1992, அன்றைய கிறிஸ்டி. பயங்கரமான அமைதித் தோற்றம், மிகவும் உணர்ச்சிப் பெருக்கில்லாத நிலை, மிகவும் அக்கறை - அச்சமூட்டுகிற அக்கறை.

தேவாலயத்தை அடைந்தது ஒரு உச்சிப்பொழுதில். முன் வாசல் கதவு சாத்தப்பட்டிருந்தது. பின்பக்கத்தில் லேசாகச் சாத்தியிருந்த கதவைத் தள்ளித் திறந்து கிறிஸ்டி உள்ளே அழைத்துச் சென்றான். நீலமும் பச்சையுமான சாளரக் கண்ணாடிகள், வெள்ளிச் சிலுவையின் பிரகாசம். சாய்வு நாற்காலிகளின் பழமை வாசனை. கிறிஸ்டி முழங்காலிட்டு நின்றான். பிதாவே என்று அழைத்தான். நான் எனக்குரிய பெண்ணை அழைத்து வந்திருக்கிறேன் நான் அவளுக்குத் தாலி கட்டப் போகிறேன். எங்களுடைய சந்ததிப் பரம்பரைகளால் கய்ப்பமங்கலம் தேவாலயத்தை மதுர மங்கலமாக்க விரும்புகிறோம். *I pronounce us man and woman, krishna and Radha, Laila and Majnu* சட்டைப் பையிலிருந்து நாடகத் தன்மையோடு ஒரு தாலியை எடுத்தான். அதை ராதிகாவின் கழுத்தில் கட்டினான். ராதிகா விம்மினாள். கிறிஸ்டி அவளை மீண்டும் மீண்டும் முத்தமிட்டான். நீ இப்போது என் மனைவி, உலகப் புகழ் பெறப் போகிற கிறிஸ்டி ஐசக்கின் மனைவி, இனி நாம் பாட்டியின் கல்லறைக்குப் போகலாம்.

கல்லறைத் தோட்டம் நோக்கி அவன் அவளை இறுக்கிப் பிடித்தபடி அழைத்துச் சென்றான். அவனுடைய கைகள் பஞ்சென மென்மையாக இருந்தன. ராதிகாவுக்கு நன்றாக நினைவிருக்கிறது. அருகம் புற்கள் அடர்ந்த கல்லறை. எல்லையோரம் வாகை மரங்கள். ஏப்ரல் மாதப் பூக்கள் மழையில் உதிர்ந்து அழுகத் தொடங்கியிருந்தன. திறந்த வானில் உயரத்தில் பருந்துகள் பறந்தன. அந்த இடம் ஆளரவமற்றிருந்தது. நனைந்த புற்களுடையதும் அழுகிய மரங்களுடையதுமான வாசனை நிரம்பியிருந்தது. இதற்கு மேல் நடந்தது - ராதிகாவுக்கு நினைத்துப் பார்க்கத் துணிவில்லாத நிமிடங்கள். கிறிஸ்டி குரூரமாக நடந்து கொள்ளத் தொடங்கினான். அவன் அவளுடைய ஆடைகளைக் களைந்தான். அவனைத் தடுக்க அவள்

முனைந்த போது அவளை இரக்கமின்றித் தாக்கினான். அவள் வாயை அடைத்துக் கழுத்தைப் பிடித்துக் கீழே தள்ளினான். கிறிஸ்டி அவளை மீண்டும் ஒரு முறை வன்புணர்வு செய்தான். அவளுக்குள் அவன் ரம்பம் போல் இறங்கினான். உன்னை கொல்வேன் நான், கொல்வேன் நான் என்று மூச்சுத் திணற மொழிந்தான். அவளுடைய அடி வயிற்றில் முழங்காலால் முட்டித் தள்ளினான். கண்கள் பிதுங்கி ராதிகா ஒரு மரத்துண்டமாய்க் கிடந்தாள். அது ஜுலை மாதம். சட்டென வானம் இருண்டது. முதலில் சிறு தூறலாகவும் பின்னர் அடைமழையாகவும் பெய்தது. கிறிஸ்டி குதித்தெழுந்தான். அவளுடைய கழுத்தில் கட்டிய தாலியை அறுத்தெடுத்தான். இது என் பாட்டியின் தாலி, இதன் பயன்பாடு தீர்ந்தது. குப்பை மழையில் ராதிகாவின் உடல் எரிச்சலுற்றது. மழை குறையலாயிற்று. ராதிகா கிழிந்த ஆடைகளை அணிந்து கொண்டாள். வெளியே போக வழி தேடினாள். கல்லறைகளுக்கிடையே அவளுக்கு வழி தடுமாறியது.

ராதிகா, கிறிஸ்டி ஐசக்கின் தேர்ந்தெடுத்த கதைகள் புத்தகத்தை மீண்டும் வீசி எறிந்தாள். அதனைக் கிழித்து வீசப் பார்த்தாள். அது தடிமனாக புத்தகம் கிழிக்கும் சக்தி இல்லை. நேரம் விடிந்து கொண்டிருந்தது. விடியலின் குளிர்ந்த காற்று வீசத் தொடங்கியது. ராதிகாவுக்கு அடி வயிறு வலித்தது. அன்றைக்கு வந்த அதே வேதனை. அது 1992. இது 2005. அவள் கிறிஸ்டியின் இருபத்தைந்து நாவல்களைப் புரட்டினாள். கவிதை போலத் துணுக்குத் துணுக்கான வாக்கியங்கள். கவிதை அல்ல, கதையும் அல்ல. ஒரு முழுமையான வாக்கியம் கூட இல்லை. ஒடிந்து ஒடிந்து சிதறிய சிந்தனைகள், பத்திகள் இல்லை நிறுத்தல் குறிகள் இல்லை. ராதிகா பக்கங்களைப் புரட்டினாள். நானூற்றி நாற்பத்தொன்றாம் பக்கம்,

அந்த மரத்தையும் மறந்தேன் மறந்தேன் நான் | 67

எட்டாவது நாவல், இரண்டாம் அரிஸ்டாட்டில் - ஒரு நினைவுக் குறிப்பு. அவள் படிக்கலானாள்.

அவள் பிரசவ அறைக்குப் போனாள் இரத்தப் பெருக்குத் தொடங்கியது. பிரசவம் நடந்தது,
குழந்தையின் அழுகை கேட்டது,
அவள் தளர்ந்து மயங்குவது,
அவன் நெருங்கிச் சேர்ந்து கிடப்பது,
புதிய கம்பளியாடை வாங்குவது,
செவிலிகள் அங்குமிங்கும் ஓடிச் செல்வது,
எல்லாருக்கும் இனிப்புப் பலகாரங்கள் பரிமாறுவது,
அவளுக்கு யாரும் காணாமல் முத்தமிடுவது,
அவனுடைய பிஞ்சுக் கைகளை,
பிஞ்சுப் பாதங்களை,
பிஞ்சு வயிற்றினை,
பிஞ்சுக் கன்னங்களை முத்தங்களால் மூடுவது.

ராதிகாவின் மூளையில் மின்சாரம் பொங்கியது, அவள் நடுங்கினாள். புத்தகங்களோடு ராதிகா சமையல்கட்டுக்கு நடந்தாள். அடுப்பில் போட்டு முழுமையாக எரித்தாள். சாம்பல் துளி கூட இல்லாமல் வாரினாள். வடக்குப் பக்கமிருந்த முருங்கை மரத்தடியில் கொட்டினாள். முருங்கை மரத்தில் வெடித்த தோலின் அடியில் சிவப்பாய்த் தெரிந்த கறை மாதவிலக்கு இரத்தமென உலர்ந்து பற்றிக் கொண்டிருந்தது.

அவளுடைய வயிற்றில் இரண்டாம் அரிஸ்டாட்டில் அமைதியிழந்து நெளிந்து கொண்டிருந்தான்.

4

அலுவலகம் செல்லத் தொடங்கி இரண்டு வாரம் கழிந்த போது கிறிஸ்டி மீண்டும் வந்தான்.

நீதிமன்றம் விட்டு அலுவலகத்துக்கு வரும் போது அவன் வெளித்தாழ்வாரத்தில் காத்திருப்பதை அவள் தூரத்திலிருந்தே பார்த்தாள். ராதிகாவின் காலடிகள் தடுமாறின. பக்கம் நெருங்கியதும் அவளுடைய மனதும் தடுமாறியது. கிறிஸ்டி முகத்தைக் கவிழ்ந்தபடி அழுது கொண்டிருந்தான்.

"கிறிஸ்டீ, என்ன இது?"

ராதிகா கவலையோடு கேட்டாள். கிறிஸ்டி அமைதியாக நின்றான். இரண்டு கண்களிலும் கண்ணீர் தாரை தாரையாய்ப் பெருகியது. ராதிகா தன் வசமிழந்தாள்.

"உள்ளே வா... உட்கார்... என்ன நடந்தது?"

அந்த நேரத்தில் அலுவலகத்தில் வழக்கமாக வரும் தேநீர் வந்தது. ராதிகா, கிறிஸ்டிக்குத் தேநீரை நீட்டினாள்.

"முகத்தைத் துடைத்துக்கொள் அப்புறம் வந்த காரியத்தைச் சொல்..."

கிறிஸ்டி சட்டையின் நுனியால் முகத்தைத் துடைத்துக் கொண்டான். பணிவோடு தேநீரை வாங்கி ரசித்துக் குடித்தான். கடைசித் துளியையும் குடித்த பின் மீண்டும்

சட்டை நுனியால் வாயையும் தாடியையும் மீசையையும் துடைத்தான்.

“என்னைக் காப்பாற்ற வேண்டும்..”

அழுகையைத் கட்டுப்படுத்திக் கொண்டு கிறிஸ்டி விஷயத்தைச் சொன்னான். அப்பனும் அண்ணன்மார்களும் சேர்ந்து நிர்பந்தமாக மருந்து சாப்பிட வைக்கிறார்கள். பைங்குளத்துக்கு அழைத்துப் போய் மின்சார ஷாக் வைத்தியமும் செய்கிறார்கள்.

“நாம் ஒரு நோட்டீஸ் அனுப்ப வேண்டும். எனக்கு மருந்து சாப்பிட்டு அலுத்து விட்டது. அதைக் கூடப் பொறுத்துக் கொள்ளலாம். இந்த ஷாக் ட்ரீட்மெண்ட்..! உனக்குத் தெரியாது ஷாக் கொடுத்துக் கொடுத்து என் படைப்பாற்றலெல்லாம் தொலைந்தது...”

“நோய் தீரத்தானே கிறிஸ்டீ...”

ராதிகாவின் குரல் பலவீனமாய் ஒலித்தது.

“சே... சே... எனக்கு அப்படி எந்த வியாதியும் இல்லை... இருந்தாலும் கூடப் பத்துப் பதினாறு வருடமாய் ஷாக் அடிக்கிறார்களே? இப்போது தேவைக்காகக் கரண்ட் வைக்கிறார்கள்... இனி மேலும் மின்சார ஷாக் வைத்தியம் தொடர்ந்தால் என்னைத் தொடுகிறவர்களுக்கெல்லாம் ஷாக் அடிக்கும்.”

கிறிஸ்டி அவளைக் குற்ற உணர்வுடன் பார்த்தான்.

“உண்மையைச் சொன்னால் உனக்கு ஷாக் அடித்து விடுமோ என்பதனால் தான் நான் முத்தமிடவில்லை.”

ராதிகாவின் முகம் சிவந்தது.

“கிறிஸ்டீ, என்னிடம் இப்படியெல்லாம் பேசாதே..”

“இல்லை, நான் முத்தமிடாதது விருப்பமில்லாததால் அல்ல...”

“கிறிஸ்டீ...”

“நீ தப்பாக நினைக்க வேண்டாம்.”

“என்னிடம் நீ இப்படிப் பேசாதே என்று சொன்னேன்.”

“இல்லை... ஆனால் நீ எனக்கு உதவி செய்ய வேண்டும். ஒரு வக்கீல் நோட்டீஸ் அனுப்ப வேண்டும்...”

“அப்படி சும்மா வக்கீல் நோட்டீஸ் அனுப்பக் கூடிய வழக்கல்ல இது.”

“அப்படியானால் ஒரு சாதாரணக் குடிமகனுடைய படைப்புத்திறமைக்கு இந்த நாட்டில் ஒரு மதிப்பும் இல்லையா?”

கிறிஸ்டி ஆத்திரம் கொண்டவனானான்.

“இல்லை. படைப்புத் திறமைக்கு இக்காலத்தில் பழைய மதிப்பு இல்லை.” சட்டென கிறிஸ்டியின் கண்கள் ததும்பின.

“நீயும் என்னைக் கைவிடுகிறாய் அல்லவா?”

ராதிகா செயலற்றுப் போனாள்.

“மருந்து சாப்பிட வைக்கக் கூடாது, ஷாக் வைத்தியம் செய்யக் கூடாது என்றெல்லாம் சொல்லி வழக்குத் தொடுக்கச் சட்டமில்லை கிறிஸ்டி.”

“அப்படியானால் நீ ஒரு சட்டத்தைக் கண்டுபிடி. அதற்காகத் தானே நான் உன்னை எல்.எல்.பி படிக்க வைத்தேன்?”

கிறிஸ்டி சிரித்தான். ராதிகாவின் இதயத்தில் எங்கேயோ அது தைத்தது. அவளுடைய மனதில் மதியம்

அந்த மரத்தையும் மறந்தேன் மறந்தேன் நான் | 71

வகுப்பறையில் கிறிஸ்டி கொண்டு வந்து தந்த இலைப் பொட்டலம் ஞாபகம் வந்தது.

"கிறிஸ்டி, உன் பெயரில் சொத்துகள் உண்டா? அதன் சர்வே எண்?"

கிறிஸ்டி கையில் வைத்திருந்த உறையிலிருந்து சில சான்றுகளை வெளியே எடுத்தான்.

"நூற்றி நாற்பது 'சி' யில் நாற்பது ஆர், நூற்றி நாற்பது 'பி'யில் இருபது ஆர், ஆறு நூற்றிப் பத்து பி நம்பர் வீடு."

ராதிகா காவல் துறைக்கு ஒரு குற்றச்சாட்டை எழுதினாள்.

"கீழேயுள்ள சர்வே எண்களில் எனக்குச் சொத்துக்கள் உண்டு. அவற்றைப் பறித்துக் கொள்ள என் அண்ணன்மார் முயலுகிறார்கள். மனநோயாளி என என்னை உறுதிப்படுத்தும் பொருட்டு பலாத்காரமாக எனக்கு மருந்துகள் தருவதும், ஷாக் வைத்தியம் செய்வதுமாக இருக்கிறார்கள். காவல்துறை குறுக்கிட்டு அவர்களைத் தடுக்க வேண்டும்."

கிறிஸ்டி குற்றச்சாட்டைப் படித்தான்.

"அப்பா பெயரும் வேண்டாமா?"

"வேண்டாம். அதை யாரும் நம்ப மாட்டார்கள்."

கிறிஸ்டிக்கு நிறைவு ஏற்படவில்லை.

"ஆனால் அவருக்கும் இதில் பங்கு உண்டே."

"அப்படியென்றால் நீயே குற்றத்தை எழுதி நீயே வேண்டியதைச் செய்து கொள்."

கிறிஸ்டி இசைவு தெரிவித்தான்.

"நீ சொல்வது போலவே இருக்கட்டும் ராதீ. நீ இல்லாமல் எனக்கு யார் இருக்கிறார்கள்?"

"சரி... சரி... இதைக் கொண்டு போய் உரிய காவல் நிலையத்தில் கொடுத்து விடு..."

விண்ணப்பத்தை எடுத்துக் கொண்டு கிறிஸ்டி போய்விட்டான். ராதிகாவுக்கு மீண்டும் தலைவலி தொடங்கியது. மூன்று நாட்கள் தொடர்ந்து அவள் படுக்கையில் கிடந்தாள். ஒருவாறு உடல் நலம் தேறியதும் நீதிமன்றத்துக்குப் போகத் தொடங்கினாள். சரியாக மூன்று வாரம் கடந்தும் அலுவலகத்தில் மீண்டும் கிறிஸ்டி...

குடையை ஊன்றியபடி உற்சாகமாகக் கிறிஸ்டி வந்தான்.

"நான் அப்போதே சொல்லவில்லையா?"

"என்ன ஆயிற்று? போலீசின் பக்கத்திலிருந்து ஏதாவது அறிவிப்புக் கிடைத்ததா?"

"இல்லை, எத்தனை நாளாக நான் காவல் நிலையத்தில் ஏறி இறங்குகிறேன்."

"அப்புறம்?"

"நான் ஒரு கிறுக்கனென்ற எண்ணத்தில் அவர்கள் நடத்தை இருக்கிறது. நான் சொல்லவில்லையா ராதீ, நம்மைப் போன்றவர்களுக்கு இந்த உலகத்தில் எந்த மதிப்பும் இல்லை."

"வா..."

ராதிகா நீதிமன்றத்துக்கு ஒரு நீதி ஆணை வேண்டி ரிட் விண்ணப்பம் தயாரித்தாள், *"காவல் துறைக்குக் கொடுத்த குற்றச்சாட்டைத் தக்கவாறு விசாரிக்கவில்லை.*

விசாரணை நடத்தும்படி நீதிமன்றம் ஆணை வெளியிட வேண்டும்."

அன்றைய தினம் கிறிஸ்டியின் முகத்தைப் பார்க்காமல் இருக்க ராதிகா தனிக்கவனம் எடுத்துக் கொண்டாள். எதையோ சொல்ல கிறிஸ்டி முயற்சி செய்தபோதெல்லாம், 'எனக்கு அவசர வேலை, கிறிஸ்டி' என்று சொல்லி அவள் ஓடித் தப்பித்துக் கொண்டாள். மேலும் தொல்லை தராமல் கிறிஸ்டி குடையை ஊன்றிப் பரிதாபமாய் நடந்து போனான்.

நாலைந்து நாட்கள் சென்றன. கிறிஸ்டியின் அண்ணன்மார் மீண்டும் வந்தார்கள்.

"வக்கீலே, இது ரொம்பக் கொடுமை... இப்படி எங்களுக்குத் துன்பம் தர நாங்கள் உனக்கு என்ன வகையில் துரோகம் செய்தோம்?"

ராதிகா அவமான உணர்வுடன் அவர்களை வரவேற்று அமரும்படி கேட்டுக் கொண்டாள்.

"காவல்துறை எஸ்.பி. எங்களைக் கூப்பிட்டு விசாரித்தார். நீதிமன்ற உத்தரவு போலிருக்கிறது. அவனுடைய சொத்து எதுவும் எங்களுக்கு வேண்டாம். மாதா மாதம் அவன் சிகிச்சைக்குள்ள பணத்தை நாங்கள் ஒவ்வொருவரும் மாறி மாறிக் கொடுத்து வருகிறோம். ஒரு நல்ல வீடு. அருகிலேயே இருக்கும்போது தங்கும் விடுதியில் போய் வசிப்பதன் செலவு வேறு. அலறலும் கூக்குரலும் அதிகமாகும் போது வேறுவழியில்லாமல் அவனை அழைத்துக் கொண்டு போய் கரண்ட் ஷாக் வைத்தியம் செய்கிறோம்."

முதலில் இருந்தவன் இவ்வாறு கோபித்துக் கொண்டான்.

"ஆனாலும் நீங்கள் இதுபோலத் தலை தடுமாறுகிற ஒருவன் பேச்சைக் கேட்டு இப்படியெல்லாம் பாய்ந்து

புறப்படுவதைக் காண வருத்தமாக இருக்கிறது. உங்களுக்கு இப்படிப்பட்ட அவசியம் நேர்ந்தது எதனால்?"

இரண்டாவது ஆள் சற்று இப்படி அமைதியாகவே கேட்டான்.

"பத்துப் பதினாறு வருடம் முன்பிருந்த கிறிஸ்டியை இப்போதும் எனக்கு நினைவிருக்கிறது" என்று கண்ணீரை அடக்கச் சிரமப்படும்படி ராதிகா கூறினாள். "அந்தக் கிறிஸ்டியை மறக்க முடியாததனால் தான்" என்றாள்.

அவர்கள் ஒருவரையொருவர் பார்த்துக் கொண்டார்கள். அவர்களுடைய முகத்தில் வருத்தம் நிரம்பியிருந்தது.

"என்ன சொல்வது! அவனுடைய பிறவி இப்படி ஆகிவிட்டது" என்று சொல்லும்போது அண்ணன்மார் தொண்டை இடறியது. கிறிஸ்டி அப்போது எங்கே இருந்தான் என்று ராதிகா வினவினாள்.

"இப்படிக் கேட்டால்... எல்.எல்.பி. தேர்வு முடிந்ததும் அவன் காணாமல் போய்விட்டான். எங்கே போனான் என்று தெரியவில்லை. நாலைந்து வருடம் வரை ஒரு தகவலும் தெரியவில்லை. திடீரென ஒருநாள் ஆக்ராவிலிருந்து ஒரு தந்தி வந்தது. அவன் அங்கே சாகக் கிடப்பதாக, நாங்கள் அங்கே போய்ப் பார்த்தபோது இருந்த கோலம் - முழுப் பைத்தியம். அத்துடன் நிமோனியா காய்ச்சல். பிடித்து இங்கே கொண்டு வந்து பைங்குளத்துக்கு அழைத்துப் போனோம். அப்போது இந்தக் கோலத்தில் ஒருவாறு திரும்பக் கிடைத்தான்."

"வேறு எங்கேயாவது அழைத்துப் போய் சிகிச்சை கொடுக்கக் கூடாதா?"

“ஊஹும்... நடக்காது... பாரம்பரியம் இது. பாட்டிக்கும் இதே நோய் இருந்தது.”

ராதிகா நடுங்கிப் போய்விட்டாள். மற்ற கட்சிக் காரர்களை விரைந்து அனுப்பி வைத்தாள். பின்னர் வீட்டுக்குத் திரும்பினாள். எச்சில் பாத்திரங்கள் குவிந்து கிடந்த சமையல் கட்டில் வெறுந் தரையில் அமர்ந்தாள். மரப்பலகைகளால் அமைந்த மச்சு வீடாக இருந்தது அது. ஜன்னல்களையும் கதவுகளையும் திறப்பதற்கு அவள் அஞ்சினாள். எல்லா இடங்களும் இருட்டாய் இருந்தன. இருட்டில் இலைகள் வளர மாட்டா. அவற்றுக்குப் பச்சை நிறம் உண்டாகாது. காய்ந்து வாடி அவை உதிர்ந்து போகும். அதனால் வெளிச்சம் வேண்டாம்.

கிறிஸ்டி வந்து விடுவானென்று தயங்கித் தயங்கி ராதிகா நீதிமன்றம் சென்றாள். அந்த வளாகத்துக்குள் நுழையும் போது அவளுடைய கண்கள் கிறிஸ்டியைத் தேடின. அலுவலகத் தாழ்வாரத்திலோ நீதிமன்றத் தாழ்வாரத்திலோ குடையை ஊன்றிக் கிறிஸ்டி களைத்துப் போன தோற்றத்தில் காத்திருப்பான் என்று கவலைப்பட்டாள். ஆனால் கிறிஸ்டி வரவில்லை. மூன்று வாரங்களுக்குப் பிறகு ராதிகாவுக்கு அலுவலகத்தில் ஒரு தொலைபேசி அழைப்பு வந்தது.

“மேடம், உட்லண்ட்ஸ் லாட்ஜிலிருந்து பேசுகிறோம். மேடம் கொஞ்சம் இங்கே வர வேண்டும்.”

“எதற்காக?”

“கிறிஸ்டி அண்ணன் சொன்னார்...”

“கிறிஸ்டி எங்கே?”

“வாருங்கள் சொல்கிறோம். அவரசம்.”

தொலைபேசியை வைத்தும் ராதிகாவுக்குக் கோபமும் சகிப்பின்மையும் தோன்றின. நான் போகப் போவதில்லை என்று அவள் முடிவெடுத்தாள். இது சரியாக இருக்காது. இது முடிந்து போன உறவு. வெட்டியெறிந்த கிளை மரத்தில் திரும்பவும் பொருந்தாது. அவள் கட்சிக்காரர்களுக்கு விடை கொடுத்துவிட்டு அவசரமாய் வீட்டுக்குப் புறப்பட்டாள். பஸ் நிறுத்தத்தை அடைந்தாள். பக்கத்திலிருந்த திரைப்படக் கொட்டகையில் அப்போதுதான் திரைப்படம் முடிந்திருந்தது. மக்கள் வெளியே வரத் தொடங்கினார்கள். ஓர் இளைஞனும் இளம் பெண்ணும் கை கோத்துக் கொண்டு வந்தார்கள். அவர்கள் உரக்கச் சிரித்துக் கொண்டிருந்தார்கள். அவன் அவளை அன்போடு பார்த்தான். அவள் கண்களில் காதல் ஒளி வீசியது. ராதிகா பஸ் நிறுத்தத்திலிருந்து ஆட்டோ ஸ்டாண்டுக்குப் போனாள்.

முதலில் கண்ணில் பட்ட ஆட்டோவில் ஏறினாள், 'உட்லண்ட்ஸ் லாட்ஜ்' என்று சொன்னாள். ஆட்டோவில் இருக்கும்போது அவளுடைய நெஞ்சின் இடது பக்கம் சிறிதாக ஏதோ இழுத்துப் பிடித்தது போலிருந்தது. அவள் கண்களை மூடி அஜித்தை நினைத்துக் கொண்டாள். ஆனால் அவனுடைய முகம் அவளுக்கு நினைவு வரவில்லை. நினைவில் வந்தது கிறிஸ்டியின் முகம். காதல் ஒரு விசித்திரமான முள். விஷமுள்ளது. தைக்கும் போதும், பறித்தெடுக்கும் போதும் வலி. தொடும் இடத்தில் எல்லாம் வேர்கள். எலும்புக்குள் ஆழத்திறங்கும் வேர்கள்.

அந்த விடுதியை அடையாளம் தெரியச் சிரமமாக இருந்தது. முற்றிலும் நிறம் மங்கிப் போயிருந்தது. பாசம் பிடித்த வெளிச் சுவர்களில் அங்கும் இங்குமாய் ஆலஞ்செடிகள் முளைவிட்டிருந்தன. உள்ளே

செல்லும்போது ராதிகாவின் உள்ளங்கை வியர்த்தது. வரவேற்பில் அவள் பதற்றத்தோடு நின்றாள்.

"கிறிஸ்டி ஐசக்?"

"அய்யோ, அது கிறிஸ்டி அல்ல... அது ஒரு சிலுவை. மேலே இருக்கிறது... எப்படியாவது கீழே இறக்கிக் கொண்டு வந்து விட வேண்டும்..."

ராதிகா ஐந்தாம் மாடித் தளத்துக்குச் சென்றாள். படியேறி அவள் சோர்ந்து போனாள். கதவைத் தட்டிவிட்டுக் காத்திருந்தாள். அப்போது ஒரு கதவு லேசாகத் திறந்தது. கிறிஸ்டியின் திகைப்பு நிறைந்த கண்களைக் கண்டாள். ராதிகாவைப் பார்த்ததும் கதவு இன்னும் கொஞ்சம் அகலமாகத் திறந்தது.

"சீக்கிரம் உள்ளே வந்து விடு..."

ராதிகா தயக்கத்தோடு உள்ளே சென்றாள். அறைக்குள் கருப்புத் துணியால் செய்த ஒரு கூடாரம். அதனுள் மெத்தையும் தலையணையும், கிறிஸ்டி கதவைச் சாத்திவிட்டுக் கூடாரத்துக்குள் நுழைந்து கொண்டான்.

"கிறிஸ்டி, என்ன இது?"

ராதிகாவின் முகம் சிவந்தது.

கிறிஸ்டி சிரித்தான்.

"வேறு வழியில்லை பெண்ணே..."

கிறிஸ்டி சிரித்தான்.

"கிறுக்கு ஒன்றுமில்லை. ஆனால் நீ நம்பமாட்டாய். இது ஒரு தற்காப்புக்காக..."

மரப் பொந்திலிருக்கும் மரங் கொத்தியைப் போலக் கிறிஸ்டி கூடாரத்திலிருந்து தலையை நீட்டினான்.

"நீ கடந்து வரும்போது கவனித்தாயா? லாட்ஜின் முன்னால் ஒரு கூட்டம்? அதன் மேல் ஒரு அமெரிக்க உளவு பார்க்கும் துணைக்கோள் இருக்கிறது..."

"அமெரிக்காவா...?"

"யு.எஸ். சாட்டிலைட்... அமெரிக்காவின் துணைக் கோள்..."

ராதிகா திருதிருவென்று விழித்தாள்.

"என் அசைவுகளைக் கண்டுபிடிப்பது தான் அவர்களுடைய நோக்கம். ஆனால் கிறிஸ்டி ஐசக்கை அவர்களுக்குத் தெரியாதல்லவா; அமெரிக்கா மனதில் நினைப்பதை இந்தக் கிறிஸ்டி ஐசக் அந்த மரத்தில் கண்டு கொள்வான்..."

ராதிகா உட்கார ஒரு நாற்காலியைத் தேடினாள்.

"எனக்கு ஆரம்பத்திலிருந்தே ஒரு சந்தேகம் இருந்தது. அந்த வீடு... அதற்கு மேல் ஒரு ஆண்டன்னா... கொஞ்ச நாள் நான் அதைப் பொருட்படுத்தவில்லை. ஆனால் ஒருநாள் நான் இதோ இந்தக் கழிவறைக்குள் இருந்தபோது ஒரு அதிரடி மின்னல்... அதற்குப் பின் நான் நீதிமன்றத்துக்கு வந்து உன்னைக் காண வந்துவிட்டு ஆட்டோவில் வந்து இறங்கும்போது மீண்டும் ஒரு மின்வெட்டு..."

கிறிஸ்டியின் முகத்தில் மிகுந்த கவனம் குவிந்தது.

"There is nothing called coincidence... அன்று முதல் நானும் அவர்களைக் கண்காணிக்கத் தொடங்கினேன். உண்மையைச் சொன்னால் அஞ்சே நிமிடத்தில் எனக்கு விஷயம் புரிந்துவிட்டது. அன்றிலிருந்து நான் எச்சரிக்கையாக இருக்கத் தொடங்கினேன்."

ராதிகா மோவாயில் கைவைத்துக் கேட்டுக் கொண்டிருந்தாள். அவள் அவன் சொல்வதில் கவனம் செலுத்தவில்லை... என் கிறிஸ்டி... ஒளி வீசுகிற, சிரிக்கிற கண்களோடிருந்த கிறிஸ்டி... ஒரு குழந்தையைக் கொஞ்சுவது போல் என்னை முத்தமிட்ட கிறிஸ்டி... ஒரு குழந்தையைப் போல என் மார்பை அணைத்து அழுத கிறிஸ்டி... நெஞ்சில் அவன் தலையை வைத்துப் படுத்திருந்த இடது பக்கம் ஒரு முள் தைத்திருப்பது போல் அவளுக்குத் தோன்றியது.

"கொஞ்ச நாட்களுக்குப் பிறகு இன்னொரு செய்தியையும் நான் புரிந்து கொண்டேன். இந்த Antenna மட்டுமல்ல... அவர்கள் சின்னச் சின்ன விமானங்களையும் அனுப்பியிருக்கிறார்கள். தூரத்திலிருந்து பார்க்கும்போது அவை பட்டங்கள் அல்லது வேறு எதுவோ போலத் தெரியும். ஆனால் அப்படியல்ல. இந்த அமெரிக்கர்களுடைய விஞ்ஞான தொழில்நுட்பம்... ஓ... அவர்கள் திறமையை மதிக்கத்தான் வேண்டும்..."

"எதற்காக அமெரிக்கா உன்னைக் கண்காணிக்க வேண்டும் கிறிஸ்டி?" என்று ராதிகா கேட்டாள்.

"சே... நீ இப்போதும் பழைய காலம் போல் ஒரு ஊமைப் பெண்தான் ராதிகா. நோபல் விருதுக்கு என் பெயரைப் பரிசீலித்துக் கொண்டிருக்கிற விஷயத்தை நீ மறந்து விட்டாயா?"

"ஓ..."

கிறிஸ்டி அவளைக் குற்றம் சாட்டுவது போலப் பார்த்தான்.

"அன்று முதல் நான் கண்காணிப்பில் இருக்கிறேன். இன்னொரு விஷயமும் உண்டு. நாசாவில் உள்ள ஒரு

கணிப்பொறியின் ரகசியக் குறிப்புகள் என் கையில் இருக்கிறது. நீ பார்க்க விரும்புகிறாயா?"

ராதிகா எழுந்திருந்தாள்.

"அவசர வேலை... கிறிஸ்டி... நீ சாப்பிட்டாயா?"

கிறிஸ்டியின் முகம் வாடியது.

"ராதீ... போகாதே... ப்ளீஸ்... எனக்கு இங்கே தனியாக இருக்கப் பயமாக இருக்கிறது."

ராதிகாவின் குரல் வெளியே வரவில்லை.

"இது சத்தியம்... எனக்குப் பயமாக இருக்கிறது. எனக்கு யாரும் இல்லை ராதீ... அதுவுமில்லாமல் நீயன்றி எனக்கு யார் இருக்கிறார்கள்? உன் நெஞ்சில் தலை சாய்த்து நான் படுத்து உறங்க வேண்டும்."

கிறிஸ்டியின் குரல் ஒரு கெஞ்சலாக இருந்தது.

"உன் மென்மையான நெஞ்சம்... பஞ்சு போல... *Sponge* போல மென்மையான நெஞ்சம். இப்போதும் அது அப்படியே தானே இருக்கிறது?"

நிமிர்ந்து நிற்க ராதிகா சிரமப்பட்டாள். அவளுக்குத் தலை பெருத்துவிட்டாற் போலிருந்தது.

"கிறிஸ்டீ... நான் பழைய ராதிகா அல்ல. இன்னொரு மனிதனின் மனைவி."

"ஓ... அது பெரிய காரியமா? நான் தானே உன்னை முதலில் திருமணம் செய்து கொண்டது? கய்ப்பமங்கலம் தேவாலயத்தில் உன் கழுத்தில் தாலி கட்டியதை மறந்து விட்டாயா?"

கிறிஸ்டி கோபித்துக் கொண்டான். ராதிகா, கிறிஸ்டியைப் பார்த்துக் கொஞ்ச நேரம் அமைதியாக நின்றாள்.

“கிறிஸ்டீ… நீ வேறொரு கலியாணம் செய்து கொள்…”

கிறிஸ்டி சிரித்தான். முதலில் மெதுவாகவும் பிறகு உரக்க உரக்கச் சிரித்தான்.

“ஏன் சிரிக்கிறாய்?”

“ஏய்… உன் உபதேசத்தை நினைத்து…”

கிறிஸ்டி கூடாரத்தில் சம்மணம் போட்டு உட்கார்ந்து முகத்தைப் பொத்திக் கொண்டு சிரித்தான்.

“நான் ஆத்மார்த்தமாகச் சொன்னேன்…”

“நன்றி… நன்றி. ஆனால் அது நடக்காது. காரணம் மின்சார ஷாக்கடித்து ஷாக்கடித்து என் படைப்பாற்றல் மட்டுமல்ல காணாமல் போனது…”

கிறிஸ்டியின் முகத்தில் களங்கமின்மை நிரம்பியிருந்தது.

“என்னைப் பார்த்தாலே தெரியவில்லையா? என் ஆண்மையும் காணாமல் போய்விட்டது.”

ராதிகா மரத்துப் போனவளாய் நின்றாள்.

“உன்னை முத்தமிட்டது போல் இனி ஒருபோதும் எனக்கு எந்தப் பெண்ணையும் முத்தமிட முடியாது. எந்தப் பெண்ணையும் திருப்திப்படுத்தவும் முடியாது. என்னால் ஒரு போதும் ஒரு குழந்தைக்குத் தகப்பனாக முடியாது…”

அவனுடைய சிரிப்பு மறைந்தது. கூடாரத்துள்ளிருந்த மெத்தையில் அவன் கவிழ்ந்து படுத்தான். இடையிடையே உடல் விம்மி அழுவதுபோல் அசைந்து கொண்டிருந்தது.

ராதிகா வெளியே ஓடினாள். தப்பிப் போகும்படி அவளுடைய அறிவு உபதேசம் செய்தது. ஒருவாறு

அவள் இரண்டு மூன்று தளங்களைத் தாண்டித் தாண்டி இறங்கினாள். அப்போது அவளுக்கு மூச்சுத் திணறியது. கைப்பிடியைப் பற்றியபடி அவள் நின்று மூச்சு வாங்கினாள். அவளுக்கு அழுகை வந்தது. இடம் சரியாக இருந்தது. ஆனால் காலம் தவறிவிட்டது. 1989. "எனக்கு அழுகை வருகிறது கிறிஸ்டீ... என் மடியில் கிடந்து உன்னால் முடிந்த அளவு அழுதுவிடு... ஆனால் அழுகை வரவில்லை. என்ன ஆயிற்று என் செல்லத்துக்கு? கண்ணீரின் பாதையில் ஒரு மரம் விழுந்து கிடக்கிறது. நீ அழாதே. நீ என்னவள் அல்லவா? எனக்கு முழுவதுமாய் நினைவுக்கு வருகிறது... நினைக்க வேண்டாம். என் செல்லமே என்னை மட்டும் நினைத்தால் போதும். உன்னுடைய கிறிஸ்டி... உன்னுடைய கண்ணன், உனக்குப் பிரியமானவன்... உன் கணவன்..." ராதிகா மீண்டும் படிகளில் ஏற ஆரம்பித்தாள்.

கிறிஸ்டியின் அறைக் கதவு திறந்து கிடந்தது. அவள் மயங்கிய நிலையில் உள்ளே சென்றாள். கதவைச் சாத்தித் தாழிட்டாள். கைப்பையையும் குடையையும் கட்டிலில் வைத்தாள். குனிந்து கூடாரத்துக்குள் நுழைந்தாள். கிறிஸ்டி தலையை உயர்த்திப் பார்த்தான். பின்னர் பாய்ந்தெழுந்து அவளைத் தன் உடலோடு இழுத்துச் சேர்த்துக் கொண்டான். ஒரு குழந்தை தாயைத் தழுவுவது போல் இறுக அணைத்துக் கொண்டான். அவன் சிரிக்கவும் அழவும் செய்தான். ராதிகா அவனைத் தழுவினாள். அவன் உலர்ந்த சந்தனக் கட்டையின் மணம் கொண்டிருந்தான். கிறிஸ்டி மென்மையாக அவள் நெஞ்சில் முத்தமிட்டான். தாடியின் முடியிழைகள் கீழே வயிற்றில் உராய்ந்தன. ராதிகாவின் உயிரணுக்கள் கூக்குரலிட்டன. கிறிஸ்டி விம்மிக் கொண்டிருந்தான்.

"என் குழந்தை எங்கே?" என அவன் இடறிய குரலில் கேட்டான். "அவனை நீ என்ன செய்தாய்?"

ராதிகா தான் இப்போது வெடித்துச் சிதறுவதாய் உணர்ந்தாள். அடி முதல் வெட்டி, கட்டை வரை தோண்டியெடுத்த பின்னும் மிச்சமிருந்தன வேர்கள். கண்ணீர் விழுந்ததும் அவை மீண்டும் துளிர்த்தன. அவை முளைவிட்டன. இலை மேலெழுந்து, கொடிகள் நீண்டன. கிறிஸ்டி கூறியது சத்தியம்தான்... ஷாக் கொடுத்து ஷாக் கொடுத்து அவனுடைய உடல் முழுதும் மின்சாரமாக இருந்தது. மின்சாரத் தாக்கமேற்று ராதிகா இறந்த காலத்துக்குத் தூக்கி எறியப்பட்டாள்.

5

பைங்குளத்தில்தான் இருந்தது அந்த மருத்துவமனையும். அப்பாவுக்கு ஷாக் தரப்படும் சமயத்தில் ராதிகா வெளியே வந்தாள். ஒரு ஆட்டோ ரிக்‌ஷாக்காரனிடம் கேட்டு இடத்தைக் கண்டுபிடித்தாள். பெண்நோய் மருத்துவர் ஒரு வயதான பெண்மணி. பரிசோதனைக்கு முன்பே அவர் வசைபாடினார். "கொல்லுவதற்காக உண்டாக்கிக் கொண்டு வந்திருக்கிறாள். இதெல்லாம் முந்தியே தெரிந்திருக்க வேணும். துக்கப்படும்போது நினைத்துப் பார்க்கணும். இப்போது அவன் எங்கே? இதற்குப் பொறுப்பானவன் எங்கே? காரியத்தை முடித்துக் கொண்டு அவன் காணாமல் போய்விட்டான். நீ இங்கே வந்திருக்கிறாய். நான் இங்கே இருக்கிறேன் அல்லவா? உன்னைப் போன்றவர்கள் அழுக்கை வெளுக்க?"

ராதிகா ஒரு மரக்கட்டை போல் கேட்டுக் கொண்டிருந்தாள். கடைசியில் மருத்துவர் இசைந்தார். பச்சை ஆடை அணிவிக்கப்பட்டு ராதிகா மேசை மேல் கிடந்தாள். பச்சை மேல் கவுனும் பச்சை முகக் கவசமும் அணிந்து வெள்ளைக் கையுறைகளோடு அவர் சோம்பலாய் நடந்து வந்தார். "ஸ்கேன் ரிப்போர்ட்டை நீ பார்த்தாயா? *It's a boy.*" ராதிகா கண்ணை மூடிக் கொண்டு கிடந்தாள். அரிஸ்டாட்டில்.. இரண்டாம் அரிஸ்டாட்டில்... மின்னும் கத்திரி... மின்னும்

கத்தி... மின்னும் இடுக்கி.. ஸ்டெய்ன்லஸ் ஸ்டீல். முழுவதுமாய் கிருமித் தடுப்புச் செய்யப்பட்டவை. கண்களைத் திறக்காமல் ராதிகா முணுமுணுத்தாள்..." பைங்குளம் பார்வதி... பைங்குளம் பார்வதி... பைங்குளம் ராதிகா... பைங்குளம் அரிஸ்டாட்டில். இரண்டாம் அரிஸ்டாட்டில் திடுக்கிட்டு விழித்துக் கொண்டான். இடுக்கியிலிருந்து தப்பித்துக் கொள்ள அவன் அங்குமிங்கும் பாய்ந்தான்... வயிற்றில் ஒரு ஓரத்திலிருந்து இன்னொரு ஓரம் வரை... கவிழ்ந்தும் மறிந்தும் திரும்பியும் உருண்டும்.. பாவம்... என் மனம்... என் மகன்.. ராதிகா பற்களால் உதடுகளைக் கடித்து அடக்கினாள். அவளுடைய உதடுகளில் துளிதுளியாய் இரத்தம் கசிந்தது. முளையாகத் தொடங்கிய விதை போன்ற அரிஸ்டாட்டில். தண்ணீரில் ஊறித் தோல் கழன்ற பயிறு... வெறுத்த தாய் வேரும் வெளுத்த தாய்த் தண்டும்... டாக்டர் இடுக்கியால் அவனை ஒவ்வொரு இலையாக, ஒவ்வொரு தளிராகக் கிள்ளி கிள்ளியெடுத்தார். அவனுடைய பிஞ்சுக் கைகள்... பிஞ்சுக் கால்கள்... பிஞ்சு உடல்... தாயின் ஒவ்வொரு உயிரணுவும் சிதைந்தது. இரத்தம் ஆறாய் ஒழுகியது. அரிஸ்டாட்டில் அதில் வேரற்று அடித்துப் போகப்பட்டான். அது தொண்ணூற்றி இரண்டில்... 1992.

கிறிஸ்டியின் கூடாரத்தில் ராதிகா கண்களை இறுக மூடிக் கொண்டாள். ஆனாலும் அந்த புத்தகத்தின் முகப்பு அட்டையைக் கண்டாள். கிறிஸ்டி ஐசக்கின் இருபத்தஞ்சு நாவல்கள்... "இளம் எழுத்தாளன்... முப்பத்தெட்டு வயது... சென்ற பதினாறாண்டுகளாகத் திருமணம் செய்து கொள்ளாதவர். மலையாள இலக்கியத்தில் முதன் முறையாக உலகத் தரமுள்ள இருபத்தைந்து நாவல்கள் ஒரே தொகுதியாக..." எட்டாவது நாவல் - இரண்டாம் அரிஸ்டாட்டில் - ஒரு நினைவுக் குறிப்பு.

விரித்திட்ட ஓலைப் பாயில்
அவன் கைகால்களை அசைத்து விளையாடுவது
கால் விரலை வாயில் வைக்க உயர்த்துவது
அப்பா மெதுவாய் அதை மாற்றுவது
அவன் அப்பாவைப் பார்த்து நினைத்துப் பார்க்காத நேரத்தில் சிரிப்பது
தாயின் மார்பில் தேடுவது
பால் குடிப்பதற்கிடையில் சட்டென முகம் உயர்த்தி பல் இல்லாத வாயைக் காட்டிச் சிரிப்பது.
அம்மா முத்தமிடுவது
அப்பா முதல் அடிகள் வைக்கப் பழக்குவது
அவன் நடக்கும்போது அவனுடைய சிவந்த பாதங்களில்
சின்னச் சின்ன மணிகள் உள்ள தங்கக் கொலுசுகள் கலீர் கலீரெனக் குலுங்குவது.

"நீ அவனை என்ன செய்தாய்?" தூக்கத்தில் கிறிஸ்டி புலம்பினான். அவன் அவளை மேலும் இறுகத் தழுவிக் கொண்டான். கூடாரத்தின் கருத்த துணிகளினூடே இருட்டுக் கடந்து வந்தது. அவளுடைய மார்பில் முகம் புதைத்து கிறிஸ்டி ஆழ்ந்து உறங்கினான்.

ராதிகா மெல்ல அவனின் கைப்பிடியை அகற்றினாள். அந்த இடத்தில் தலையணையை வைத்தாள். பிறகு ஆடைகளை அணிந்து ஓசையெழுப்பாமல் ஐந்து தளங்களையும் கடந்தாள். இருட்டு எங்கும் பரவித் தீர்ந்திருந்தது. ஆட்டோ பிடித்து அவள் வீட்டுக்குப் போனாள். வயலுக்குக் குறுக்கே கடந்து வாய்க்கால் மேட்டில் நடந்தபோது அவள் பல முறை கீழே விழுந்தாள். மரத் தாழ்ப்பாள் இட்டிருந்த முன்வாசல்

கதவை இருட்டில் தள்ளித் திறந்தபோது ஆணியில் உராய்ந்து அவளுடைய முழங்கையில் காயம்பட்டது.

அஜித் பொறுமையிழந்தவனாய் முன் திண்ணையில் உலாவிக் கொண்டிருந்தான். எங்கே போய் படுத்துக் கிடந்தாய் என்று கோபித்துக் கொண்டான். ராதிகா பதில் ஏதும் சொல்லவில்லை. கொஞ்சம் தண்ணீரை அள்ளி உடல் மீது ஊற்றிக் கொண்ட பின் அவள் திரும்பி வந்தாள். படுக்கை அறையில் அஜித் மீண்டும் சண்டைக்கு வந்தான். ராதிகா பதிலேதும் கூறாமல் படுக்கையில் சாய்ந்து போர்வையை இழுத்துத் தலையையும் மூடிக் கொண்டாள்.

"ராதீ.... என்ன விஷயம் என்று சொல்..."

அஜித் திகைப்புற்றுப் பேசினான். "வாழ்க்கையில் நான் இந்த அளவு பயந்து போன நாள் கிடையாது."

அவன் அவள் முகத்தை மூடியிருந்த போர்வையை அகற்றினான்.

"நீ எங்கே போனாய், உனக்கு என்ன நேர்ந்தது என்று தெரியாமல்..."

ராதிகா கண்களைத் திறந்தாள். அவனுடைய முகத்தில் இனம் புரியாத பரிதாபம் குடியிருந்தது.

"தனியாக இருக்க எனக்குச் சொல்ல முடியாத பயம் ஏற்பட்டது. நீ எங்கே போயிருந்தாய்."

"ஒரு கட்சிக்காரன் கூட இருந்தேன்."

"யார் அது?"

"எனக்கு நிறைய உதவி செய்த ஒருவர்... இப்போது என்னுடைய உதவி தேவைப்படுகிற ஒருவர்..."

வாழ்க்கையில் முதன் முறையாக அஜித் அவளை உற்றுப் பார்த்தான். அவனுடைய கண்களில் கருணை நிரம்பியது. அவன் அவளுடைய முடியிழைகளை ஒழுங்கு செய்தான். அவள் உள்ளங்கையைப் பற்றித் தன் கைகளால் பொதிந்து கொண்டான்.

ராதிகா பதற்றமுற்றாள். அவன் அவளுடைய கைத்தலத்தை மெல்ல வருடினான். பின்னர் முன்னறிவிப்பு இல்லாமல் போர்வையை நீக்கினான். அவள் மீது சாய்ந்தான். ராதிகா குளிர்ந்து மரத்துப் போனாள். அது ஒரு வன் புணர்வாயிருந்தது. அது மிகவும்... ... ... இணையும் போது அவன் கெஞ்சினான். என் ராதீ... எனக்கு ஒரு குழந்தையைக் கொடு... எனக்கு ஒரு குழந்தையைக் கொடு... எனக்கு ஒரு.... அஜித் அருகில் படுத்துத் தூங்கும்போது ராதிகாவுக்குத் அழ வேண்டுமென்று தோன்றியது. பைங்குளம் பார்வதி... அவள் முணுமுணுத்தாள்... யார் அவள்? ஒரு ஆண் மகனைப் பைத்தியம் பிடிக்க வைத்த பெண்... பைங்குளம் ராதிகா... யார் அவள்? இரண்டு ஆண்களைப் பைத்தியம் பிடிக்கவைத்தவள்... பார்வதி - ராதிகா... பார்வதி - ராதிகா... பார்வதி - ராதிகா... பார்வதி அப்படி ஒரு பெண்ணாக இருந்தாள். எத்தனையோ ஆண்களுக்கு உற்சாகமூட்டினாள். ஒரு ஆண் மகனைப் பைத்தியமாக்கினாள். அவளோடு படுத்துக் கிடக்க அவன் பட்டு ஜிப்பாவையும் சரிகை வேட்டியையும் புறக்கணித்தான். கடைசியில் அவன் ஒரு பழைய படுக்கை விரிப்பால் தன் வெட்கத்தை மறைத்துக் கொண்டான். காய்ந்து போன இரத்தம் கருத்த பாசிபோல் ஒட்டிப் பிடித்த தொடைகளோடு அவனுடைய மகள் நகரத்தின் சாலைகளில் நிர்வாணமாய் ஓடினாள். ஒரு சிறுமி... மெலிந்த உடல்... அவளைப் பின் தொடர்ந்து வாழ்க்கை முழுவதும் ஒரு

கோடாரியின் ஓசை... சங்கிலியின் கிலுங்கல்... அழுகிய மரத்தின் துர்நாற்றம்...

அன்றிரவு ராதிகாவுக்கு மீண்டும் தலைவலி தொடங்கிற்று. பொறுக்க முடியாத தலைவலியால் அவள் படுக்கையில் புரண்டாள். அஜித் தூக்கக் கலக்கத்தில் வாய் நாற்றத்தோடு தாவியெழுந்தான். அவளைக் கடுமையாகத் திட்டினான். எனக்கு உடம்பு முடியவில்லை அஜித் என்று ராதிகா பரிதாபமாக அழுதாள். அஜித் திகைத்தான். இரவே அவளை மருத்துவமனைக்கு அழைத்துப் போனான். தூக்க மருந்து ஊசி போட்டு டாக்டர் அவளை உறங்க வைத்தார்.

உறக்கத்தில் ராதிகாவுக்கு இடம், காலங்கள் தவறிப் போயின. அவள் சில சமயம் குழந்தைப் பருவத்துக்கு நழுவிப் போனாள். சிவப்பு பூப்போட்ட சட்டை அணிந்திருந்தாள். தலைமுடியை இரண்டாக வகிர்ந்து சீவியிருந்தாள். கெட்டியான வெள்ளைத் தாளில் நகரத்துக்குப் போன குழந்தையை வரைந்தாள். அதற்கிடையில் திடீரென அவள் வளர்ந்தாள். கிறிஸ்டியோடு சேர்ந்து சிரித்தாள். மலை மீது கிருஷ்ணன் கோயிலுக்குப் போனாள். கிறிஸ்டி கண்ணனைப் போல் குழலூதினான். அவள் ஆற்றில் நீராடினாள். அவன் அவளுடைய ஆடைகளைத் திருடிக் கொண்டான். ராதிகா கோபமுற்றாள். நிர்வாணமுற்றவளாய் மேலே ஏறி வரும்போது கிறிஸ்டி அவளைக் கைகளில் வாரியெடுத்தான். அவர்கள் தங்கும் விடுதியின் மொட்டை மாடிக்குப் போனார்கள். விசாலமான மொட்டை மாடியில் கட்டிப் பிடித்து உருண்டார்கள். காதலித்தார்கள். உருண்டுருண்டு ராதிகா மொட்டை மாடியிலிருந்து தரையில் வந்து விழுந்தாள். தரையில் கீழே கல்லறைத் தோட்டமாக இருந்தது. தோட்டத்தில் பெரிய RIP அறிவிப்புப் பலகை

மேல் வயிறு படும்படி விழுந்தாள். வயிற்றில் சிலுவை பாய்ந்தது. இரத்தம் பொங்கியது. வயிற்றிலிருந்து ஒரு பிஞ்சுப் பையன் அறுபடாத தொப்புள் கொடியுடன் வெளியே குதித்தான். குதித்து விளையாடினான். தலைகுப்புற விழுந்தான். குழந்தையின் தொப்புள்கொடி முறுகி இறுகியது. அவன் அவளுடைய கருப்பையை இழுத்துக் கொண்டு தூரத்தில் ஓடிப் போவானென்று ராதிகாவுக்குத் தோன்றியது. பிரசவ வேதனையில் ராதிகா அலறிக் கூவினாள்.

நான்கு நாட்கள் கழிந்த பிறகு தான் ராதிகாவை டிஸ்சார்ஜ் செய்தார்கள். ஏராளமான பரிசோதனைகள் நடத்திப் பணத்தை வீணடித்தார்கள். ஒரு பிரச்சினையும் காணப்படவில்லை. அடுத்த நாள் அவள் நீதிமன்றம் சென்றாள். அலுவலகத்தை அடையும்போது தாழ்வாரத்தில் காத்திருக்கும் கிறிஸ்டியைத் தொலைவிலிருந்தே கண்டு கொண்டாள். தப்பியோடத் தோன்றியது. ஆனாலும் அவனுக்கு அருகில் சென்றாள்.

கிறிஸ்டியின் முகத்தில் கோபம் கொந்தளித்தது.

"இதுவரை நீ எங்கே போயிருந்தாய்? எத்தனை நாளாகி விட்டது நீ போய்? ஒரு தொலைபேசி செய்துவிட்டுப் போயிருந்திருக்கலாமே?"

ராதிகா மிக முயற்சி செய்து பதில் சொன்னாள்.

"நான் ஆஸ்பத்திரியில் இருந்தேன்..."

கிறிஸ்டி கவலை கொண்டான்.

"உடம்புக்கு என்ன? யார் சிகிச்சை அளித்தது? என்ன மருந்து கொடுத்தார்கள்? ஒரு வார்த்தை என்னிடம் சொல்லியிருக்கலாமே?"

ராதிகா பதிலேதும் சொல்லவில்லை.

“கிறிஸ்டீ, நீ எதற்காக வந்தாய்?”

கிறிஸ்டி அவளைக் கூர்ந்து பார்த்தான்.

“எனக்கு ஒரு பிராயச்சித்தம் பண்ண வேண்டும்.”

“என்ன பிராயச்சித்தம்?”

“உன்னை நான் திருமணம் செய்ய வேண்டும். நாம் ஒன்றாக வாழ வேண்டும்…”

ராதிகா சிரித்தாள்.

“சிரிப்பதற்கல்ல ராதீ… நான் நினைத்தது என் ஆண்மை இழந்து விட்டதாக… ஆனால் இப்போது எனக்குத் தன்னம்பிக்கை வந்திருக்கிறது.”

ராதிகாவுக்குக் கோபம் வந்தது.

“நீ என்னிடம் பொய் சொல்லி விட்டாய். சாமர்த்தியமாய் ஏமாற்றிவிட்டாய்…”

பார்த்துக் கொண்டிருக்கும் போதே கிறிஸ்டியின் எல்லாப் பலமும் சோர்ந்து விட்டதாய்த் தெரிந்தது. அவன் முகத்தில் மீண்டும் பரிதாபம் நிறைந்தது. கண்கள் ஈரமுற்றதாய்த் தோன்றியது.

“நீ அப்படிச் சொல்லாதே... ராதீ…”

ராதிகா என்ன செய்வதெனக் குழம்பினாள்.

“பொய் அல்ல சத்தியம். நீ என்னைத் தொட்டதும் நான் மறுபடியும்... ஒரு புத்துயிர்ப்பு…”

கிறிஸ்டி அவளைச் சங்கடத்தோடு பார்த்தான்.

“நீ என்னை மன்னிக்க வேண்டும்…”

“மன்னித்து விட்டேன்…” என்று ராதிகா தளர்ந்த குரலில் சொன்னாள்.

"அது மட்டும் போதாது.... வேறொரு உதவி கூட வேண்டும்."

கிறிஸ்டி திடீரென உற்சாகமடைந்தான்.

"எனக்கு ஒரு உயில் எழுத வேண்டும்."

ராதிகா திடுக்கிட்டாள்.

"இது ஒன்றும் பழைய காலமல்ல ராதீ.... யாருக்கும் யாரிடத்திலும் அன்பு இல்லை. என்ன கிடைக்கும் என்று யோசனை செய்து கொண்டுதான் மனிதர்கள் ஒருவருக்கொருவர் புன் சிரிப்புச் செய்வதும் கூட..."

ராதிகா பொறுமையோடு கேட்கத் தொடங்கினாள்.

"அஞ்சு பைசாவுக்கும் கைப்பிடி மண்ணுக்கும் வேண்டி சகோதரர்கள் குடலைக் குத்திக் கிழித்துக் கொள்கிறார்கள். என்னைப் பொறுத்தவரை எல்லாவற்றையும் ஒரு ஒழுங்குபடுத்த வேண்டும். மனிதனின் விஷயம் அல்லவா? நடப்பது யாருக்குத் தெரியும்?"

கிறிஸ்டி சட்டைப் பையிலிருந்து ஒரு காகிதத்தை எடுத்தான்.

"இதில் முக்கியக் குறிப்புகளை எழுதி வைத்துள்ளேன். நீ அதையெல்லாம் சட்ட மொழியாக மாற்றிப் பதிவு செய்தால் போதும்."

ராதிகா அதை விரித்துப் படித்தாள்.

புல்லாங்குழல் ஊதும் கண்ணனின் படம் பதிப்பித்த லெட்டர் பேடு காகிதம் அது.

"உயில் பத்திரம்.

பெத்தல்ஹேமில் வசிக்கும் ஐசக் பீட்டர் என்கிற மரவியாபாரி மகன் கிறிஸ்டி ஐசக், இளம் இலக்கியப்

படைப்பாளி, நோபல் பரிசுக்கான போட்டியில் இருப்பவர். முப்பத்தெட்டு வயது. என்னுடையதும், என்னுடைய மகன் இரண்டாம் அரிஸ்டாட்டில் கிறிஸ்டியுடையதுமான நற்பெயரை உலகம் உள்ள அளவும் நிலைநிறுத்தும் பொருட்டு எர்ணாகுளம் மாவட்டம் பத்திரப் பதிவாளர் ஜனரல் (District Registrar General) முன்பு வைக்கும் பதிவு செய்யப்பட்ட உயில் பத்திரம். கீழே பட்டியலிடப்பட்டுள்ள எனக்குப் பாத்தியப்பட்ட நிலங்களை என் மரணத்தின் பின்னும் கிரயம் செய்து விற்கவோ, கை மாற்றவோ கூடாது. என்றும் என் மகனுக்கும் எனக்கும் நினைவுச் சின்னங்களாக நிலை பெற்றிருக்கும்படி உயில் பத்திரம் எழுதிப் பதிவு (ரிஜிஸ்டர்) செய்யப்பட்ட ஆவணம் இது."

அதன் கீழே சொத்து வகைகளின் பட்டியல் தரப்பட்டிருந்தது. ராதிகா மேலும் கீழே பார்த்தாள்.

"வியாதியாலோ, வேறு இன்றியமையாத் தேவைகளாலோ உயில் பத்திரத்தை மாற்றிக்கொள்ள எனக்கு உரிமையுண்டு. என் மரணத்தின் பின் என் மனைவி ராதிகா கிறிஸ்டி ஐசக்கிற்கு இந்தச் சொத்துகளிலிருந்து வருமானம் எடுத்துக் கொள்ள உரிமை உண்டு. நிலத்தை கைமாற்றவோ விற்பனை செய்யவோ உரிமை இல்லை. அதற்கான உரிமை என் மகன் இரண்டாம் அரிஸ்டாட்டில் கிறிஸ்டிக்கு மட்டுமே உண்டு."

அன்றைக்கு வழக்காடிய இரண்டு வழக்குகளிலும் ராதிகாவுக்கு தவறுகள் நிகழ்ந்தன. வாதியான கட்சிக்காரனுக்கு தண்டனை தர வேண்டுமென்றும் பிரதிவாதியான கட்சிக்காரனுக்குக் கடுந்தண்டனை தர வேண்டுமென்றும் வாதம் செய்தாள். தவறு செய்து விட்டதாக அவளுக்குப் புரிந்ததும் என்னவெல்லாமோ

பேசினாள். தலை சுற்றியது கண்கள் இருண்டன. நீதிமன்றத்திலிந்து புறப்பட்டு ராதிகா அலுவலகத்துக்கு வந்து உட்கார்ந்தாள். காலமும் இடமும் அவளுக்குக் குழம்பிப் போயின. மேசையில் தலைசாய்த்துச் சிறிது நேரம் கிடந்தாள். பார்க்க வந்த கட்சிக்காரர்களைத் திருப்பி அனுப்பினாள். மேலும் சற்று நேரம் கடந்த போது ராதிகா எழுந்து முகம் கழுவி, கைப்பையையும் குடையையும் எடுத்துக் கொண்டு உட்லண்ட்ஸ் லாட்ஜுக்குப் புறப்பட்டுப் போனாள்.

ஐந்தாம் தளத்து அறையில் கிறிஸ்டி கருப்புக் கூடாரத்தை மேலும் விரிவாக்கியிருந்தான். அவன் படுக்கையில் ஒரு சின்னக் குழந்தை போல் மடங்கிச் சுருண்டு கிடந்தான். அவனுடைய கண்கள் அழுகையால் கலங்கிப் போயிருந்தன. ராதிகா அவன் பக்கத்தில் அமர்ந்தாள். ராதிகாவைக் கண்டதும் கிறிஸ்டி விம்மினான். ராதிகா அவன் நெற்றியைத் தடவிக் கொடுத்தாள்.

"என் பக்கத்தில் படு" என்றான் கிறிஸ்டி.

"என்னால் தாங்க முடியாது, கிறிஸ்டி" என்று ராதிகா மூச்சு வாங்கியபடி சொன்னாள்.

"என் குழந்தைக்கு என்ன ஆச்சு?"

ராதிகா அவனுடைய நெஞ்சில் தன் தலையைச் சாய்த்து அணைத்துக் கொண்டாள். கிறிஸ்டி தன் இரண்டு கைகளாலும் அவளை ஒரு பூவைப்போல் பற்றிக் கொண்டான்.

"தூங்கு... தூங்கு... என் குழந்தையே தூங்கிக் கொள்..."

அவன் முணுமுணுத்தான். அவன் நிறுத்தாமல் பேசிக் கொண்டிருந்தான். குரலில் ஈரம் கசிந்திருந்தது... "உனக்குத் தெரியாது. நான் ஓடிப்போனது உனக்காகத்தான்..." அவன் பேசலானான். "உன்

துக்கங்களுக்குப் பிராயச்சித்தம் செய்ய. உனக்குச் செய்த தவறுகளை ஏற்றுக் கொண்டேன் நான். அவற்றுக்காக சிலுவையில் அறைந்து கொண்டேன் நான். தொட்டுப்பார் என்னை... என் உள்ளங்கையில் ஆணி அறைந்த தழும்பு... என் கால் பாதங்களில் ஆணி அறைந்த தழும்புகள் உண்டு. என் நெஞ்சில் ஒரு பெரிய காயம்... என் தலையில் உருகி ஒட்டிக் கொண்ட ஒரு முள் கிரீடம்... எல்லாம் உனக்காக... உலகம் உனக்குச் செய்த தவறுகளுக்காக... ஆனால் அது போதுமானதாக இருந்ததா? எனக்குத் தெரியாது."

கிறிஸ்டியின் கண்கள் ததும்பிக் கண்ணீர் சொட்டுச் சொட்டாக விழுந்தது. "என் கண்ணீர் உன் தலைமீது. ராதீ, என் கண்ணீரில் உனக்கு ஞானஸ்நானம்..."

ராதிகா சூன்யமான மனதோடு கிடந்தாள். கடைசிச் சரணாலயம்... கிறிஸ்டியின் நெஞ்சம்.. அவனுடைய துடிக்கும் இதயத்தின் மேலிருந்த வெப்பம்... அவளுக்குத் தலைவலி மீண்டும் வந்தது. வேதனையின் வேர்கள்.... கிறிஸ்டியை அவள் இறுகப் பற்றிக் கொண்டாள். மீண்டும் காலமும் இடமும் காணாமல் போயின. மலை உச்சிக்குச் செல்லும் வழி. செங்குத்தான ஏற்றம். தோளில் தோல் பைகள். கிறிஸ்டி அவளை எடுத்துக் கொண்டு வந்தான். தோளில் தூக்கி வைத்து ஏற்றத்தில் ஏறுகிறான். இடையே நிலை தடுமாறி இருவரும் விழுகிறார்கள். கூச்சல் போடவும் திட்டிக் கொள்ளவும் செய்கிறார்கள். அவள் அவனை நெருங்கிக் கீறிவிடுகிறாள். அவன் அவளைக் கால்கள் மடக்கி உதைக்கிறான். அவள் பிணங்கி வழியில் உட்கார்ந்து கொள்கிறாள். அவன் பொறுமையிழந்து மீண்டும் அவளைத் தூக்கி எடுத்துக் கொள்கிறான். அவர்கள் இருவரும் சிரிக்கிறார்கள். வழி நெடுக மரங்கள். குரலெழுப்பும் மலை அணில் இடையிடையே இலையடர்ந்த கிளைகளில் மஞ்சள்

கிளி. பாதையின் குறுக்கோ, புதர்களிலிருந்து தாவும் காட்டு முயல். நல்ல குளிர். பக்கத்தில் ஒரு மரத்தடியில் கிறிஸ்டி படுத்துக் கொள்கிறான், "பார் பார், கிறிஸ்டி இது சந்தன மரம்" என்றாள் அவள். "இல்லை, ராதீ, இது கடம்ப மரம், நீலக் கடம்பு" என்றான் அவன். "இந்தத் தரையோடு காதை வைத்துப் பார். அடியில் தண்ணீர் ஓடுகிற ஓசை கேட்கலாம். யமுனை ஓடுகிறது." என்னவெல்லாம் கற்பனை, ஆம், யமுனை, கடம்பு, நீ, அவர்கள் அழத் தொடங்குகிறார்கள். கட்டிப் பிடித்துக் காரணம் ஏதுமின்றி அழுகிறார்கள்.

ராதிகா முனகினாள்.

கிறிஸ்டி அவளை இறுக்கி அணைத்தான்.

"என்னைத் தனியே விட்டுப் போகாதே..."

"கிறிஸ்டீ, நன்றாகத் தூங்கு..."

"போகாதே... என் குழந்தையே... போகாதே..."

ராதிகா கண்ணை மூடிக் கொண்டு அமைதியாய்ப் படுத்திருந்தாள். கிறிஸ்டி அவளை இறுக்கி அணைத்தான். அவன் முணுமுணுத்தான். "என் குழந்தே... நீ போய்விடாதே... நான் பிராயச்சித்தம் செய்ய வேணும். உன் துக்கங்களுக்காகச் சிலுவையில் ஏற வேண்டும். பிறகு உன் கண்ணீரால் நான் உயிர்த்தெழ வேண்டும். அப்போது நீ எனக்கு அவனைத் தர வேண்டும், என் மகனை..."

ராதிகாவின் உடலினூடே மின்சாரம் பாய்ந்தது. நினைவுகள் மறைந்து போயின. "இது 2005 அல்ல. எண்பத்தி ஒன்பது, நாம் எங்கே இருக்கிறோம்? நாம் சட்டக் கல்லூரியில். இதோ வாசல் திறந்து வெளியே வருகிறோம். மரைன் ட்ரைவில் காற்று வாங்கிக் கொண்டிருக்கிறோம். சுபர்ஷ் பூங்காவில் மகிழ

மரத்தின் நிழலில் இருக்கிறோம். மகிழ மரம் பூக்கிறது. பூக்கள் நட்சத்திரங்களைப் போல உதிர்கின்றன. நாம் இனி என்ன செய்யப் போகிறோம்? நாம் இப்படியே பேசிக் கொண்டே நடக்கலாம். அப்புறம் நம்முடைய உட்லண்ட்ஸ லாட்ஜுக்குப் போவோம். ஐந்து தளத்தின் படிகளையும் ஓடி ஏறுவோம். நம்முடைய சிரிப்பும் களிப்பும் தாழ்வாரங்களில் ஒலிக்கும். ஐந்தாம் தளத்திலுள்ள ஒரு அறையில் நாம் பாதுகாப்பாகப் போய்ச் சேருவோம். அங்கிருந்து நம் மொட்டை மாடிக்கு பூமியின் கடைசி எல்லைக்கு ஆகாயத்தின் நிழலுக்கு…” கிறிஸ்டி மெல்ல அவளை அள்ளி எடுத்தான்.

“கிறிஸ்டீ… வேண்டாம்…”

“வேண்டும்… நாம் பூமியின் எல்லைக்கே போக வேண்டும்…”

“கிறிஸ்டீ, நமக்கு வயதாகி விட்டது.”

“எனக்கு எப்போதும் நீ குழந்தை தான்.”

அவன் அவளைப் பூப்போல எடுத்தான். ராதிகா வாடிய பூங்கொத்துப் போல் கிடந்தாள். கிறிஸ்டி மொட்டை மாடியை நோக்கிச் சென்றான். அந்தி கவிந்திருந்தது. கீழே நகரத்தில் வியாபாரங்களும் வாகனங்களும் நெரிசலிடத் தொடங்கின. பணி முடிந்து வீட்டுக்குத் திரும்புகிறவர்களும், ஆலயத்துக்குப் போகிறவர்களும், போவதற்கு இடமில்லாமல் அலைகிறவர்களும், சொற்பொழிவு நடத்துகிறவர்களும், பிரார்த்தனை செய்கிறவர்களும், விற்பவர்களும், வாங்குகிறவர்களும், கூட்டிக் கொடுப்பவர்களும், விலை பேசுகிறவர்களும், நகையாடுகிறவர்களும், பிச்சை கேட்பவர்களும் நெரிசலாய் அலைந்து திரிந்தனர். கிறிஸ்டி அவளைப் பாசி பிடித்துக் கருத்துக் காய்ந்து கிடந்த மொட்டை

மாடியின் நடுவே கிடத்தினான். தரையில் இளம் சூடு படர்ந்திருந்தது. வெறும் தரையில் ராதிகா கிடந்தாள். மேலே வானத்தில் கூடு தேடும் பறவைகள் குறுக்கும் நெடுக்கும் பறந்தன. மிகவும் கீழேயுள்ள பாதையில் வாகனங்கள் பல திசைகளிலும் பாய்ந்தன. நான்கு புறமும் கட்டடங்கள் உயர்ந்து நின்று கொணடிருந்தன. கிறிஸ்டி அவளுடைய முகத்தை உற்றுப் பார்த்தான்.

"உன் கண்கள், உன் புருவங்கள், உன் உதடுகள்..."

அவன் அவள் உதடுகளை மெல்ல வருடினான்.

"யாராவது பார்க்கப் போகிறார்கள்", என்று ராதிகாவின் குரல் இடறியது.

"சின்ன வயதிலும் உன் உதடுகளில் இதே ஏளனம் இருந்ததோ? அந்த மரம் வெட்டியையும் நீ இதே அலட்சியத்துடன் தான் பார்த்தாயோ?"

ராதிகா பதில் சொல்லாமல் பாதி மூடிய கண்களால் அவனைப் பார்த்தபடி கிடந்தாள்.

எதிர்பாராமல் திடீரென்று இருட்டுப் பரவியது. நகரத்தின் வெளிச்சங்கள் ஒவ்வொன்றாய்த் தென்படலாயின. அவனுடைய கண்கள் ஒளி வீசின. நாலு திசைகளிலுமிருந்த, ஆகாயத்தை முத்தமிடும் கட்டடங்களின் நியான் வெளிச்சத்தில் அவனுடைய தாடி முடிகள் தங்க நிறமாய்த் தோன்றின. ராதிகா மயங்கிக் கிடந்தாள். "இது அர்த்தமில்லாதது, முட்டாள் தனமானது" என்று அவள் தனக்குள் சொல்லிக் கொண்டாள். "நான் ஒரு பைத்தியம்" கிறிஸ்டி முணுமுணுத்தான். "எனக்கு ஷாக் கொடுக்க வேண்டிய நேரம் தவறிவிட்டது. நான் என்னென்னவோ ஓசைகளைக் கேட்கிறேன். என்னென்னவோ காட்சிகளைக் காண்கிறேன். எனக்கு என்னென்னவோ

தோன்றுகிறது, உண்மையில் எனக்குப் பைத்தியம்தான், ராதீ..”

“இல்லை... இது பைத்தியமல்ல கிறிஸ்டி... இது பெருங்களிப்பு.. காதலின் பெருங்களிப்பு. காதல் ஒரு விசித்திரமான மரம் தான். தழைத்து நிற்கும்போது தலைகீழாய் விழும். பச்சை மறந்து பட்டுப் போனதென்று நினைக்கும்போது காய்க்கத் தொடங்கும். வெட்டி முறித்தாலும் வெடித்துத் துளிர் விடும்...”

“ராதீ... இது வரை நீ எங்கே இருந்தாய்? இத்தனை காலமும் எங்கே இருந்தாய்?”

அவன் அவளுடைய ஆடைகளை ஒவ்வொன்றாய் அவிழ்த்தெறிந்தான். அவளுடைய வெள்ளைச் சேலை, கருப்பு ரவிக்கை, உள்ளாடைகள். அவன் அவளை நிர்வாணமாக்கினான். நகரத்தின் நடுவில் ஐந்து தளங்கள் கொண்ட கட்டடத்தின் மொட்டை மாடியில் அவர்கள் கட்டித் தழுவிக் கிடந்தனர். அப்படிக் கிடந்தபடியே ராதிகா உறங்கினாள். உறக்கத்தில் அவள் இரண்டாம் அரிஸ்டாடில் கிறிஸ்டியைக் கனவு கண்டாள். இரண்டாம் கிறிஸ்டி அவளுடைய வயிற்றிலிருந்து முழங்காலில் நகர்ந்து வெளியே வந்து, அவள் மீது தலைகுப்புற விழவும் செய்தான். அவன் கைகள் கொட்டிச் சிரித்தான். சுற்றிலும் ஓடி விளையாடினான். அவனுக்குக் கிறிஸ்டியின் முக ஜாடை, நியான் வெளிச்சத்தில் அவனுடைய தலை முடியும் தங்கக் கம்பிகள் போல் மின்னின.

விடிந்த போது ராதிகா விழிப்புற்றாள். அவள் கவிழ்ந்தபடி படுத்திருந்தாள். கண்கள் திறக்காமல் கிறிஸ்டி இருக்குமிடத்தைத் தடவித் தேடினாள். அவனுடைய குழைந்த மேனிக்குப் பதிலாக விரல்களில் தரையில் காய்ந்து கிடந்த பாசி முதிர்ந்த மரத்தின் தோல்

போல் இளகி வந்தது; ராதிகா விழித்துக் கொண்டாள். மொட்டை மாடியில் எவரும் இல்லை. அவள் எழுந்து கொள்ள முயன்றாள். ஆடையின்றி இருப்பதை அறிந்து மரத்துப் போனாள். ராதிகா நான்கு திசைகளிலும் பார்த்தாள். கிறிஸ்டி இல்லை. ஆடைகளும் இல்லை. வெயில் கடுமையாகத் தொடங்கியது. கீழே தெருவில் வாகனங்களின் புகையும் புழுதியும் எழுந்தன. நான்கு பக்கமும் உள்ள பெரிய கட்டடங்களின் ஜன்னல்கள் அவளை நோக்கித் திறந்தன. எல்லா இடங்களிலும் கூட்டமும் நெரிசலும் அதிகரித்தன. ராதிகா திகைத்துப் போனவளாய் தரையினூடே இழைந்து நகர்ந்தாள். மொட்டை மாடியில் இருந்த கதவைத் திறக்க முயன்றாள். அது மறு பக்கத்தில் பூட்டப்பட்டிருந்தது. அவள் திகைப்போடு தடவித் தேடினாள். ஒளிந்து கொள்ள ஒரு இடமும் காணப்படவில்லை. ஒரு நிழலும் இல்லை. ஒரு மறைவும் இல்லை. வெயில் கனக்கத் தொடங்கியது. ராதிகா இரண்டு கைகளாலும் உடலை மறைக்க முயன்று மொட்டை மாடியின் ஒரு மூலையில் சுருண்டு கிடந்தாள்.

அப்போது ஐந்து தளங்களுக்கும் கீழேயிருந்து மரம் வெட்டுவது போல் ஓர் ஓசை கேட்டது. ராதிகா முகம் சுளித்தபடி தலையை நிமிர்த்தினாள். கைப்பிடிச் சுவரின் பின்னால் தன்னை ஒளிய வைத்துக் கொண்டு எட்டிப் பார்த்தாள். அங்கே கிறிஸ்டி தெரிந்தான். அவன் துணிகளைத் துவைத்துக் கொண்டிருந்தான். ஐந்து தளங்களின் கீழே லாட்ஜின் பின்பக்கத்தில் துவை கல்லில் அவன் அவளுடைய துணிகளை அடித்துத் துவைத்து நனைத்துக் கொண்டிருந்தான். அவளுடைய வெள்ளைச் சேலை, கருப்பு ரவிக்கை, வெள்ளை அடிப்பாவாடை, கருப்பு உள்ளாடைகள்... அவன் ஒவ்வொன்றையும் நனைத்துப் பிழிந்து கொடியில் விரித்துப் போட்டான். 'கிறிஸ்டி' என்று ராதிகா

கூவினாள். கிறிஸ்டி கவனிக்கவில்லை. துவைப்பு வேலையை முடித்துக் கொண்டு தன் மடித்துக் கட்டிய வேட்டியை அவிழ்த்து இறக்கி, அதன் நுனியில் கையைத் துடைத்துக் கொண்டு கட்டடத்துக்குள் திரும்பிச் சென்றான். ஐந்து தளங்களின் படிகளில் ஏறினான். அறையைத் திறந்து கருப்புக் குடையை எடுத்தான். அறையைப் பூட்டிப் படிகளில் இறங்கினான். குடையைக் கோடாரி போல் தோளில் சுமந்து மின்சார ஷாக் வைத்தியத்துக்காக அவசரமாய் அவன் பைங்குளத்துக்குப் பயணமானான்.

O